ஆதியில் பெண் இருந்தாள்

ஆதியில் பெண் இருந்தாள்

ஆதியில் பெண் இருந்தாள்

மரிஜா ஸ்ரெஸ் (1943)

ஸ்லோவேனியாவிலிருந்து இந்தியா வந்து குஜராத்தின் துங்ரி கஸேரியா காட்டுப் பகுதியில் ஆதிவாசிகளிடையே முப்பது ஆண்டுகளுக்கும் மேலாக இறை ஊழியம் செய்ய வந்தவர் மரிஜா ஸ்ரெஸ். ஆதிவாசிகளைப் பற்றிய அவருடைய நூற்கள் பல ஐரோப்பிய மொழிகளிலும், குஜராத்தி, மராத்தி மொழிகளிலும் வெளிவந்துள்ளன.

குஜராத் மாநிலத்தின் வடக்கு எல்லையில் ராஜஸ்தானைத் தொட்டிருக்கும் மலைப்பகுதிகளில் வசிக்கும் துங்ரி கரேஸியா ஆதிவாசிகளிடையே வெகுகாலமாகப் புழங்கி வந்த கதைகள் இவை. காமத்தில் திளைக்கும் ராஜா ராணிகள் முதல் காதல் வயப்படும் இளைஞர்கள் அனை வருக்கும் உடலின்பமே உயிரோடு இருப்பதுவரை தேவை யான ஒன்று என்கின்றனர். கடவுள்கூடப் பெண்தான், ஆணல்ல. அவளே தன் மக்களிடையே காதலை ஏவிவிட்டு ஆட வைக்கிறாள். பறவைகள், விலங்குகள், இடையே வாழும் ஆதிவாசிகளின் இயற்கையோடிணைந்த வாழ்க்கை அவர்களுடையது. நிர்மலமான ஆற்று நீரில் குளிக்கும் இளம் பெண்களோடு காதல் புரியும் ஆண்மை மிக்க இளைஞர்கள் நிரம்பிய இந்தக் கதைகளில் மாற்றாந் தாய்க்கொடுமை, கொலை செய்யும் மனைவி, கொடுங்கோல் மன்னன் போன்றவர்களும் இடம் பெறுகின்றனர்.

எம். எஸ். (எம். சிவசுப்ரமணியன்)
மொழிபெயர்ப்பாளர் (பி. 1929)

இவர் கன்னியாகுமரி மாவட்டத்தில் திருப்பதிசாரம் என்ற கிராமத்தில் பிறந்தார். பள்ளி இறுதிவரை படித்த இவர் அரசு அலுவலகத்தில் சுமார் முப்பது ஆண்டுகள் பணிபுரிந்து 1987இல் ஓய்வுபெற்றார். இலக்கிய ஆர்வலரான இவர் சுந்தர ராமசாமி போன்ற எழுத்தாளர்களின் நெருங்கிய நட்பைப் பெற்றிருந்தார். படைப்பாளிகளின் நூல்களை மிகுந்த ஆர்வத்துடன் படித்துப் பிழை திருத்திச் செம்மைப்படுத்துவதில் ஆர்வம்கொண்டவர். இவர் ஆங்கிலம், மலையாளம், ஹிந்தி ஆகிய மொழிகளிலிருந்து பல நாவல்கள், சிறுகதைகள், வாழ்க்கை வரலாறு போன்றவற்றை மொழிபெயர்த்திருக்கிறார். 'கிழவனும் கடலும்', 'அமைதியான ஒரு மாலைப் பொழுதில்', 'ஆட்டுக்குட்டிகள் அளிக்கும் தண்டனை', 'விடியலை நோக்கி', 'ஜானு', 'அன்டன் செக்கோவ் சிறுகதைகள்', போன்றவை இவரது மொழிபெயர்ப்பில் வெளிவந்த பிற நூல்கள். காலச்சுவடு போன்ற பல பதிப்பகங்களுக்கு இலக்கிய சேவை புரிந்துவருகிறார்.

மரிஜா ஸ்ரெஸ்

ஆதியில் பெண் இருந்தாள்

தமிழில்
எம்.எஸ்.

காலச்சுவடு பதிப்பகம்

First published in English in 2007 as First There was Woman and Other
Stories: Folktales of the Dugri Garasiya Bhils by Zubaan, an Imprint of Kali
for Women, New Delhi.

ஆதியில் பெண் இருந்தாள் ◆ ஆதிவாசிக் கதைகள் ◆ ஆசிரியர்: மரிஜா
ஸ்ரெஸ் ◆ தமிழில்: எம்.எஸ். ◆ © மரிஜா ஸ்ரெஸ் ◆ முதல் பதிப்பு: டிசம்பர்
2008, மூன்றாம் பதிப்பு: டிசம்பர் 2012 ◆ வெளியீடு: காலச்சுவடு
பப்ளிகேஷன்ஸ் (பி) லிட்., 669 கே. பி. சாலை, நாகர்கோவில் 629001.

aatiyil peN iruntaaL ◆ Folktales of Adivasis ◆ Author: marija
sres ◆ Tamil Translation: M.S. © Mariji Sreš ◆ Language: Tamil ◆
First Edition: December 2008, Third Edition: December 2012 ◆ Size:
Demy 1 x 8 ◆ Paper: 18.6 kg maplitho ◆ Pages: 120 ◆ Copies: 300.

Published by Kalachuvadu Publications Pvt. Ltd., 669 K.P. Road,
Nagercoil 629001, India ◆ Phone: 91-4652-278525 ◆ e-mail:
publications@kalachuvadu.com ◆ Wrapper Printed at Print
Specialities, Chennai 600 014

ISBN: 978-81-89945-67-1

12/2012/S.No. 284, kcp. 883, 18.6 (3) 300

பொருளடக்கம்

மரிஜா ஸ்ரெஸ்
ஓர் அறிமுகம்

மரிஜா ஸ்ரெஸ், ஸ்லோவேனியாவிலுள்ள ப்ரா டோன்சி என்ற நகரில் 1943இல் பிறந்தார். 1971இல் ஒரு மத போதகராக இந்தியா வந்து பழங்குடிப் பெண்களுக்கு உதவுவதற்காக குஜராத்தில் தங்கினார். 1976இல் குஜராத் மொழி இலக்கியத்தில் பட்டம் பெற்றார். இந்தச் சாதனையை நிகழ்த்திய அயல் தேசத்துப் பெண்கள் மிகச் சிலரே. சென்ற முப்பது வருடங்களாக வட குஜராத்தின் சபர்காந்தா மாவட்டத்தில், துங்ரி கரேஸியா பழங்குடிப் பெண்களுடன் வசித்து அவர்களுக்காக உழைத்து வருகிறார். அவருடைய அனுபவங்களை வெளிப்படுத்தும் நூற்கள் குஜராத் மொழியிலும் ஸ்லோவேனியா மொழியிலும் பிரபலமாக விளங்குகின்றன.

மரிஜாவைப் பற்றி மிகச் சுருக்கமாகக் கூறுவதனால் இவ்வளவு சொன்னால் போதும். ஆனால் நான் சற்று விரிவாகக் கூற விரும்புகிறேன்.

தன்னைப் பற்றிக் கூறுகையில் மரிஜா இவ்வாறு சொல்கிறார்: "டிட்டோவின் சோஷலிஸ நாடான யூகோஸ்லேவியாவில் நான் வளர்ந்ததால் பெண்களின் சமத்துவம், தொழில் செய்யும் உரிமை போன்றவற்றில் இங்கு வருவதற்கு முன்னரே எனக்கு ஆழ்ந்த கருத்து இருந்தது. இந்த துங்ரி கரேஸியா பழங்குடியினரின் உலகம் இதுவரை நான் பார்த்ததற்கு முற்றிலும் மாறுபட்டதாக, பகலுக்கும் இரவுக்கும் உள்ள வித்தியாசமாக, இருந்தது. இது ஒரு முதலாளித்துவ ஆணாதிக்க உலகம். பெண்கள் படிப்பறிவற்ற ஜென்மங்களாக, உழைப்பதற்கும் உடலுறவுக்கும் மட்டுமே தேவைப்படும் கூலியாட்களாக கருதப்பட்டனர். பெண்களும் தங்களை மதிப்பற்றவர்களாக, உயிர் வாழ்வது மட்டுமே தாம் பிறவியெடுத்ததன் பயன் என்று கருதுகின்றனர்.

"எனது பணியை 'அவர்களுடன் சுற்றித்திரிந்தேன்' என்று சுலபமாகச் சொல்லிவிடலாம். ஆனால் அது உண்மையைக் குறைத்து மதிப்பிடுவதாகும். அவர்களுக்குத் தேவைப்படும் போதெல்லாம் நான் இருந்தேன். அவர்களுடனே, அவர்கள் பாதையில் நடந்தேன். வீடுகளிலும் வயல்களிலும், கூட்டங்களிலும், பஸ் நிறுத்தங்களிலும், தாலுகா அல்லது பஞ்சாயத்து அலுவலகங் களிலும் அவர்களுடன், தனியாகவோ சேர்ந்தோ, அலைந்தேன். அவர்களுடைய கதைகளைக் கேட்டுப் பதிவு செய்தேன். ஆஹா, எத்தனை எத்தனை கதைகள்! அவற்றில் சிலவற்றை 'கிராஸ்மா ஏக் துங்ரி' (வாழ்வதற்கும் வெற்றி பெறுவதற்கும்) என்ற எனது முதல் புத்தகத்தில் எழுதினேன். அதற்குக் கிடைத்த வரவேற்பு எனக்கு மகிழ்ச்சியையும் வியப்பையும் அளித்தது."

மனுபாய் பஞ்சோலி 'தர்ஷக்' என்ற பிரபல குஜராத்தி எழுத்தாளர் கையில் இந்தப் புத்தகம் வந்து சேர்ந்தது. அதைப் படித்ததும் அவர் திகைத்துப் போய்விட்டார். "நாங்கள் எல்லாம் காந்தியின் சீடர்கள். மலை ஜாதியினர், தாழ்த்தப்பட்ட வர்களுக்காக நாங்கள் உழைத்திருக்கிறோம். ஆனால் அவர் களைப் பற்றி எதுவுமே எழுதியதில்லை. இலக்கியத்தில் அந்த மக்களுக்கு இடம் இருப்பதாக நினைக்கவேயில்லை. ஆனால் இந்த வெளிநாட்டுப்பெண் அவர்களைத் தனக்குச் சமமாகக் கருதினாள். முதன்முதலாக அவர்களை குஜராத்தி இலக்கியத்தில் இடம்பெறச் செய்துவிட்டாள். மரிஜா பென், நாங்கள் யாரும் செய்யத் துணியாத ஒன்றை நீங்கள் சிறப்பாகச் செய்துவிட்டீர் கள்" என்று குறிப்பிடுகிறார். இதன் பிறகு தர்ஷிக்குக்கும் மரிஜா வுக்கும் இடையே ஆழ்ந்த நட்பு பிறந்தது. தர்ஷக் அவர்கள் மறைவு வரை அது நீடித்தது. இன்னொரு எழுத்தாளர் ரகுபீர் சௌதுரி, 'கிராஸ்மா ஏக் துங்ரி' நூலுக்கு எழுதிய மதிப்புரையில், "மரிஜா பென், நீங்கள் எழுதியவற்றிற்காக உங்களுக்கு மிக்க நன்றி..." என்று குறிப்பிடுகிறார்.

குஜராத் சாகித்ய அக்கதமி மரிஜாவின் முதல் புத்தகத் துக்குச் சிறந்த சிறுகதைத் தொகுதிக்கான இரண்டாவது பரிசு அளித்து கௌரவித்தது. பின்னர் அது ஆங்கிலம், ஸ்லோவன், ஸ்பானிஷ், மராத்தி போன்ற மொழிகளில் மொழிபெயர்க்கப் பட்டது. 2005இல் குஜராத் சாகித்ய பரிஷத் தனது நூற்றாண்டு விழாவின்போது, குஜராத் இலக்கியத்தின் மிகச்சிறந்த நூறு நூற்களில் இதுவும் ஒன்று எனத் தேர்ந்தெடுத்து, செம்பதிப்பு ஒன்றை வெளியிட்டது. 2006இல் மரிஜாவின் ஆறு கதைகள் தொலைக்காட்சிக்காகப் படமாக்கப்பட்டு, தூர்தர்ஷனில் 'இந்தியன் கிளாசிக்ஸ்' என்ற வரிசையில் ஒளிபரப்பாயின.

மூன்று ஆண்டுகளுக்குப் பின், 1997இல், அவருடைய இரண்டாவது புத்தகம், 'கவிதா சாதே சம்வாத்' (இளம் பென்

கஞருடன் உரையாடல்) குஜராத் சாகித்ய பரிஷத்தின் இலக்கிய விருதைப் பெற்றது.

2005 நவம்பரில் 'நஸா ஸெனா' (நமது பெண்கள்) என்ற ஸ்லோவென் பத்திரிகை, தன்னலமற்ற சேவை புரிபவர்களைப் பாராட்டி மக்களுக்கு விழிப்புணர்வூட்டும் வகையில் ஒரு திட்டத் தைக் கொண்டுவந்தது. அதன்படி Ljubljanaவில் நடைபெற்ற ஒரு பாராட்டு நிகழ்ச்சியில் தொழில், குடும்பம் மற்றும் சமூக நிலை அமைச்சகம் சார்பில் மரிஜாவுக்குச் சான்றிதழ் வழங்கப் பட்டது.

2004 ஜனவரியில் சபர்காந்தாவிலுள்ள மரிஜாவின் 'பிரகதி மஹிலா மண்டல்' அமைப்பைச் சார்ந்த பெண்கள் மும்பையில் நடைபெற்ற உலக சமூக மன்றத்தில் ஓர் இசை நடன நிகழ்ச்சியை நடத்தினர். அதே ஆண்டு நவம்பரில் மொடாஸா என்ற இடத்தில் துங்கிரி கரேஸியா ஆதிவாசிகளின் கதை சொல்லல், இசை, நடன நிகழ்ச்சி ஒன்றை மரிஜா நடத்திக் காட்டினார். இதில் ஒன்பது கிராமத்திலுள்ள கலைஞர்கள் பங்கேற்றனர். இந்த நிகழ்ச்சி படமெடுக்கப்பட்டது, பத்திரிகைகளிலும் விரிவாகச் செய்தி வந்தது.

2004 ஜூனில் ஸ்லோவேனிய RTV, ஆதிவாசிப் பெண் களிடையே மரிஜா ஆற்றிய பணிகள் பற்றிய செய்திப்படம் ஒன்றை ஒளிபரப்பியது.

2000இல் மரிஜா தனது Home is Where My Heart is என்ற புத்தகத்தின் இரண்டாவது பாகத்தை வெளியிட்டார். மறு ஆண்டில் அதன் ஸ்லோவன் மொழிப் பதிப்பும், 2006இல் அதன் குஜராத்திப் பதிப்பும் வெளிவந்தன.

இந்தியாவில் தான் இருந்த முப்பது ஆண்டுகளில் சுமார் நூறு கட்டுரைகளுக்கு மேல் ஸ்லோவன், ஆங்கிலம், குஜராத்தி மற்றும் ஸ்பானிஷ் மொழிகளில் மரிஜா எழுதியிருக்கிறார். பெண்கள் பிரச்சினைகள், இன்றைய மத வாழ்வு, மலைஜாதி மக்களின் முன்னேற்றமும் கல்வியும், நாட்டுப்புறக் கலை போன்ற விஷயங்கள் பற்றித் தன் பார்வையில் எழுதினார்.

பெண்கள் பற்றி எழுதுவதுடன், மூன்று பெண்கள் கூட்ட மைப்பு நிறுவனங்களைத் தோற்றுவித்து நெறிப்படுத்துவதிலும் அவர் ஆர்வம் காட்டினார். 'ஸ்திரீ சங்கேதன்' என்ற பெண்கள் அமைப்பில் ஒரு சமயம் பத்தாயிரத்திற்கும் மேற்பட்ட பெண்கள் இருந்தனர். 'ஜ்யோத்' என்ற அமைப்பு, உறுப்பினர்கள் இடையே தோன்றிய பிரச்சினை காரணமாக அதிக நாட்கள் இயங்க வில்லை. 'ப்ரகதி மகிலா மண்டல்' (பெண்கள் முன்னேற்றக் குழு) இன்றும் தொடர்ந்து செயல்படுகிறது.

மரிஜாவின் கடைசிப் புத்தகமான *Home is Where My Heart Is* (எனது இதயம் இருக்கும் இடமே வீடு) என்ற நூல் குறிப்பிடும் ஒரு நிகழ்ச்சியைக் குறிப்பிட்டுவிட்டு இந்தக் கட்டுரையை முடித்துக்கொள்கிறேன். மார்த்திபென் என்ற ஒரு முதிய ஆதிவாசிப் பெண்ணுடன் மரிஜா பேசிக்கொண்டிருக்கிறார். அந்தப் பெண் மரிஜாவிடம் கேட்கிறாள்: "உன்னை எனக்கு மிகவும் பிடித்திருக் கிறது. ஒரு விஷயம் மட்டும்தான் புரியவில்லை. உன் குடும்பத்தை விட்டுவிட்டு இங்கே வந்திருக்கிறாய். கல்யாணமும் செய்து கொள்ள வில்லை. ரொம்ப அழகாக வேறு இருக்கிறாய். எல்லா விஷயமும் உனக்குத் தெரிகிறது. இருந்தும் ஒரு அருமையான நாட்டை விட்டுவிட்டு இங்கு வந்து எங்களுடன் இருக்கிறாய். நாங்கள் தருவதை எந்தக் குறையும் சொல்லாமல் சாப்பிடுகிறாய், ஏன்?"

மரிஜாவின் பதில் இதுதான்: "எவ்வளவுதான் கஷ்டங்கள் இருந்தாலும் வாழ்க்கையை ஒரு பரிசாக ஏற்றுக்கொள்வதற்கு எனக்கு நீங்கள் நிறைய கற்றுத் தந்திருக்கிறீர்கள்."

'வாழ்க்கையை ஒரு பரிசாக ஏற்றுக்கொள்ளுதல்' – இதில்தான் மரிஜாவின் சேவையும் வாழ்வும் பற்றிய ரகசியம் வெளிப்படுகிறது.

Women of Sabarkantha (சபர்காந்தா பெண்கள்) என்ற தனது சுயசரிதை நூலில் மரிஜா இவ்வாறு எழுதுகிறார்: "வாழ்வின் எளிமையையும் சிக்கல்களையும் இந்த ஏழைப் பெண்கள்தான் எனக்குக் கற்றுத் தந்தனர். இரக்கம் என்பது பிறருக்கு அளிக்க வேண்டும் என்ற எண்ணம் மட்டுமல்ல, அதைப் பெற்றுக்கொள்ளும் மக்களுக்கு மரியாதை செய்வதும் ஆகும் என்பதையும் நான் அவர்களிடம் இருந்து கற்றுக்கொண்டேன். மத ஊழியராக இருப்பது சில சடங்குகளில் மட்டும் ஈடுபடுவது அல்ல. தாழ்த்தப் பட்ட ஏழை மக்களோடு கலந்துபேசி அவர்கள் மதத்தைத் திறந்த மனதோடு மதித்து வாழ்வதாகும். முப்பது ஆண்டுகளுக்கு முன் இந்திய மக்களை மாற்றி மேம்படுத்திவிடலாம் என்றுதான் இங்கு வந்தேன். ஆனால் மாறியதும் மேம்பட்டதும் நான்தான். ஆற்றங்கரையில் உள்ள கல் தொடர்ந்த நீரோட்டத்தின் காரணமாக வழவழப்பாக மாறிவிடுவதைப் போல."

இவற்றினூடே அவரது லட்சியம், பொருளாதார வசதியில் தன் பெண்கள் தன்னிறைவோடு வாழ ஊக்குவிக்க வேண்டும்; அவர்கள் தன்னம்பிக்கையும் சமூகத்தில் பெருமையும் பெற வேண்டும் என்பதுதான். தங்களையே சார்ந்திருப்பதற்குக் கற்றுக் கொள்வதே சமத்துவத்தையும் சுயமரியாதையையும் பெற்றுக்கொள்ளும் ஒரே வழி என்பதுதான் அவர் கருத்து. அவருடைய குறிக்கோளும் இதுவே. இதற்காக அவர் தம் வாழ்வின் சிறந்த பகுதியை அர்ப்பணித்திருக்கிறார்.

மைரோன் ஜே. பெரைரா

இயக்குநர், சேவியர் தகவல் கல்வி நிறுவனம், மும்பை

௨ ௯

என் கதைகளுக்குப் பின்னால்

1974ஆம் ஆண்டு நான் சபர்காந்தாவுக்கு முதன் முறையாக வந்தேன். அப்போது தீபாவளிச் சமயம்.

அந்த மலைப்பகுதி குஜராத் – ராஜஸ்தான் எல்லையில் அமைந்திருக்கிறது. ஒரு காலத்தில் அடர்ந்த காடாக இருந்தது. இப்போது வறண்ட பாலை நிலமாக ஆகிவிட்டது. மலைகளைச் சுற்றிச் செல்லும் ரோடு மழை பெய்து ஓய்ந்து ஒரே குண்டும் குழியுமாக இருந்தது. ஆங்காங்கே பள்ளங்களில் மழை நீர் தேங்கிக்கிடந்தது. குறுகலான சாலை. ரோட்டின் இருபக்கமும் பச்சை வயல்கள். நெல்லும் சோளமும் அறுவடைக்குத் தயாராக இருந்தன. பள்ளத்தாக்கு களைச் சுற்றியுள்ள மலைப்பகுதியில் நிறைய ஆதிவாசிகளும் மலைஜாதி மக்களும் வாழும் சின்னஞ்சிறு கிராமங்கள். ஓலை வேய்ந்த கூரைகளையும், மண் சுவரை ஒட்டிய சிறிய தோட்டங்களையும் நான் பார்த்தேன். அங்கே டீசல் எஞ்சின்கள் பட்பட்பட் என்று மெதுவாக முனகிக் கொண் டிருந்தன. பில் இனத்தில் ஒரு பிரிவான துங்ரி கரேஸியா மக்கள் வாழுமிடம் இது. இங்கு இரண்டு லட்சம்பேர் குஜராத், ராஜஸ்தான், மத்தியப் பிரதேசங்களில் வசிக் கின்றனர். அடுத்த முப்பது ஆண்டுகள் நான் இவர்களுடன் தான் வசிக்கப்போகிறேன்.

நவம்பர் முதல் வாரத்தில்தான் முதன்முதலில் அங்கு சென்றேன். அப்போது தீபாவளித் திருவிழா மும்முரமாக நடந்துகொண்டிருந்தது. குஜராத்தில் தீபாவளி என்பது அதிர்ஷ்டம் மற்றும் செல்வத்தின் தேவதையான லக்ஷ்மிக் குரிய பூஜை. அப்போது லக்ஷ்மி ஒவ்வொரு வீட்டுக்கும் வந்து அருள்புரிவதாக ஐதீகம். வரிசை வரிசையாக விளக்கு கள் அலங்கரிக்க எங்கும் 'சுப தீபாவளி பதாரோ' என்ற முழக்கமாக இருக்கும்.

லூஸாடியாவில் நாங்கள் தங்கியிருந்த இடத்துக்கு வந்தவர்களில் ஒருத்தி மங்குபென். இவள் ஆதிவாசியல்ல, ஒரு தாழ்ந்த ஜாதி இந்து தாக்குர்தா. பொதுவாக இந்துக்கள் தாங்கள் என்ன சாப்பிடுகிறோம், யாருடன் சாப்பிடுகிறோம் என்பதில் மிகக் கவனமாக இருப்பார்கள். கிறிஸ்டியனும் வெளிநாட்டுக்காரியுமான என்னை மங்குபென் சற்றுத் தாழ்ந்தவளாகவும் தீட்டுக்குரிய வளாகவும் கருதினாள். எனவே நான் அவளுக்கு ஒரு டம்ளர் தண்ணீர் கொடுத்தபோது அதை வாங்க அவள் மறுத்துவிட்டாள். இருந்தும் நாங்கள் பேசிக்கொண்டிருந்தோம். சிறிது நேரம் சென்றதும் அவளிடம் ஒரு கப் டீயை நீட்டினேன். அதை அவள் மறுக்கவில்லை. 'இந்த ஒரு தடவை மட்டும்தான்; புது வருடம். அதுவும் இன்று தீபாவளி. திருவிழா சமயம்' என்று ஏற்றுக் கொண்டாள். டீயைக் குடித்துவிட்டு அவள், "நீ அதிர்ஷ்டசாலி தான் அக்கா. உன் டீயை நான் குடித்ததால் உனக்கு ஒன்றரை லட்சம் கிடைத்தது மாதிரி" என்றாள். அவள் ஏழைதான், ஆனாலும் ஆசி வழங்குவதில் எவ்வளவோ தாராளமாக நடந்து கொண்டாள்.

இரவானதும் அந்தப் பிரதேசம் முழுவதும் மினுமினுத்தபடி அசையும் ஒளிகளால் நிரம்பியது. எங்கோ தூரத்தில் பாட்டும் கொட்டு முழங்கும் ஒலியும் கேட்டன. இது பூதங்களை விரட்டு வதற்கான ஆதிவாசிகளின் நடைமுறை. இந்துப் புராணத்தின்படி தீபாவளி என்பது இலங்கை அசுர அதிபதி ராவணனைக் கொன்று சீதையை மீட்டு அயோத்தி திரும்பும் அவதார அரசர் ராமனின் வெற்றியைக் கொண்டாடும் விழா. இன்றைய தினம் ஆதிவாசிகள் பூதங்களுடன் மட்டுமின்றி தங்களுக்குள்ளும் இணக்கமாக இருப்பர். கைகளில் பரிசுகளை ஏந்தியபடி வீடுவீடாகச் செல்வர். பெண்கள் நெய்யில் செய்த இனிப்புகளை வழங்குவார்கள். ஆண்கள் விளக்குகளுக்கு எண்ணெய் ஊற்றி அவை நீண்டநேரம் எரிவதற்கு உதவுவர். இரவில் மண்ணெண்ணெய் விளக்கின் ஒளியால் கவரப்பட்ட ஆயிரக்கணக்கான பூச்சிகள் விளக்கை நோக்கிப் பறந்து வந்து சுவரில் மோதியபடி கீழே விழும்.

இரவில் சாப்பிட்டு முடிந்ததும் நான் வெளியே வந்தேன். வராந்தாவில் உள்ள வரிசை வரிசையான விளக்குகளுக்கு அப்பால் இருளில் தூரத்து மலைகள் மங்கலாகத் தெரிந்தன. காலச் சக்கரத்தில் பின்னகர்ந்து வேறொரு உலகத்துக்கு வேறொரு காலத்துக்கு நான் வந்திருக்கிறேன் என யாரும் சொல்லாமலே உணர்ந்தேன்.

இந்தியா வருகை

இங்கு வருவதற்கு முன் இந்தியாவைப் பற்றி எனக்கு அதிகம் தெரியாது. ஜரோப்பாவில் பிறந்து டிட்டோவின் செக்கோஸ்

லேவியாவில் வளர்ந்தவள் நான். அணிசேரா இயக்கம் பரவிய நாட்கள் அவை. சோஷலிஸமும் வாழ்வில் நம்பிக்கையும் துளிர் விட்ட நாட்கள். எங்கள் தலைவர்களைப் போலவே நாங்களும் இந்த உலகத்தைச் சீர்படுத்திவிடலாம் என்று நம்பினோம். பள்ளியில் நாங்கள் கற்ற, பத்திரிகைகளில் பார்த்த, இந்தியா (அப்போது டெலிவிஷனும் வந்திருக்கவில்லை) தேனும் பாலும் ஓடும் ஓர் ரம்மியமான இடமாக இருந்தது. அதேசமயம் ஏழ்மையும் அநீதியும் ஏற்றத்தாழ்வும் இருந்தன. அந்த வாலிபப் பிராயத்தில் ஏதாவது சாதிக்க வேண்டும் என்ற ஆசை கொழுந்துவிட்டு எரிந்து கொண்டிருந்தது. உலகையே மாற்றிவிடலாம் என்ற நம்பிக்கை முளைத்திருந்தது. இருபத்தெட்டு வயதில் உங்களுக்கு அன்பும் உயர்ந்த லட்சியங்களைக் கடைப்பிடிக்க வேண்டும் என்ற ஆர்வமும் துணிவும் சக்தியும் இருந்தால், உலகை அப்படியே திருப்பிப் போட்டு சரியாக்கிவிடலாம் என்று தோன்றுவது இயற்கை தானே. எல்லாம் சுலபம் என்றுதான் தோன்றும்.

பம்பாய் விமான நிலையத்தில் நான் வந்திறங்கிய அந்த ஆரம்ப நாட்கள் எனக்கு நன்றாக நினைவிருக்கின்றன. காற்றில் ஈரப்பதமும் உப்பும் இருந்தது. ஊரில் இதமாக இருந்த சூரியன் இங்கே என்னைச் சுட்டெரித்தது. ரோட்டில் செல்லும் மக்கள் திரள் என்னைத் திகைக்க வைத்தது. ஏதாவது பெரிய திருவிழாவா? இல்லை, எப்போதுமே இப்படித்தானா? எல்லோரும் நடந்து கொண்டிருந்தனர். ஒரே வண்ண மயம். அத்துடன் பஸ்களும் கார்களும் லாரிகளும் ஹாரனை முழக்கிக் கொண்டு சென்றன. ரோட்டருகில் இருந்த கட்டடங்களிலிருந்து காதைப் பிளக்கும் பாட்டுக்கள். எல்லோரும் ஒரே சமயத்தில் உரக்கப் பேசிக்கொண் டிருந்தார்கள். என்னை அழைத்துப் போக வந்திருந்த நண்பர் களிடம், "பம்பாயில் இவ்வளவு ஜனங்கள் இருக்கிறார்களா" என்று கேட்டேன். "இல்லை" என்று சிரித்தாள் ஒருத்தி. "இதை விட இன்னும் பல மடங்கு இருக்கிறார்கள்."

முதல் தடவையாகப் பார்ப்பது, ஆனால் அதுவே மனதில் இத்தனை ஆண்டுகளாக தங்கிவிட்டது. எவ்வளவு ஜனங்கள்! கூட்டம் கூட்டமாக, ஒருவரை ஒருவர் தள்ளிக்கொண்டும் விலக்கிக் கொண்டும் நடந்தாலும் தனிப்பட்ட முறையில் நட்பும், தெரிந்து கொள்ள வேண்டும் என்ற ஆர்வமும், பேசுவதற்கும் வேண்டிய உதவிகள் செய்வதற்கும் விருப்பம் கொண்டவர்கள். உலகின் பல நாடுகளிலிருந்தும், இந்தியாவின் பல பகுதிகளிலிருந்தும் வந்திருந்த சகோதரிகள் குழுக்களில் நானும் ஓர் உறுப்பினர். எனக்கு குஜராத்தில் சேவை செய்யப் பணிக்கப்பட்டிருந்தது. பம்பாயில் சில நாட்கள் இருந்துவிட்டு நாங்கள் ராஜ்கோட் சென்றோம். அங்கே நாங்கள் பெண்களுக்கான ஒரு பெயர் பெற்ற பள்ளியை நடத்தி வந்தோம். அங்கு படிக்கும் பெண்கள்

பொதுவாக நடுத்தர இந்துக் குடும்பத்தைச் சேர்ந்தவர்கள். ஆனால், நாங்கள் நகரத்திலிலுள்ள சேரிகளுக்கும் சென்று வந்தோம். நிறைய முஸ்லிம்கள் அங்கே வசித்து வந்தனர். நான் குஜராத்தி மொழி கற்கத் தொடங்கினேன்.

அந்த முதல் வாரங்களும் மாதங்களும் என் மனதில் அழியாமல் செதுக்கப்பட்டிருக்கின்றன. எனது அறை ஜன்னலுக்கு நேர் கீழே உள்ள பள்ளி விளையாட்டு மைதானத்தில் நாள் முழுக்க குழந்தைகள் சிரித்துக்கொண்டும் கூச்சலிட்டுக்கொண்டும் இருப்பார்கள். தாழ்வாரக் கூரையில் பறவைகள் கூடு கட்டியிருந்தன. காகங்கள் கரையும். புறாக்கள் சடசடவென ஒலியெழுப்பும். பூச்சிகளுக்கும் குறைவில்லை. ஈயும் கொசுவும் பல்லியும் எங்கும் நிறைந்திருக்கும். என் படுக்கையின் கீழே ஒருநாள் ஒரு தேளைப் பார்த்தேன். நல்லவேளை என்னை அது கடிக்கவில்லை. ஆனால் ஒரு டீச்சரைக் கடித்துவிட்டது. பாவம், இரவு முழுவதும் வலியால் துடித்துவிட்டாள். நாங்களும் உறங்கவில்லை. இதெல்லாம் நான் சொல்வது எனது சொந்த நாட்டைவிட இந்தியா எவ்வளவு வித்தியாசமானது என்பதைக் குறிப்பிடுவதற்குத்தான்.

ஆனால் என்னை மிகவும் சிரமப்படுத்தியது உஷ்ணம்தான். கோடை நாளின் வெப்பம் 40 டிகிரி செல்சியசுக்கும் மேலே போய்விடும். அத்துடன் இங்கே கோடை ஒருபோதும் மாறாது என்றும் தோன்றும்.

சிலசமயம் நான் சில சிஸ்டர்ஸ் மற்றும் டீச்சர்களுடன் சினிமா பார்க்கச் செல்வேன். திரையரங்குகளில் எப்போதும் கூட்டம் நிரம்பி வழியும். எனக்கோ ஹிந்தி புரியாது. எப்போதாவது ஆங்கிலப் படம் பார்க்கும் போது எனக்கு மகிழ்ச்சியாக இருக்கும். அவற்றைப் பார்க்கும்போது நான் விட்டு விட்டு வந்த நாடு நினைவிற்கு வரும். ஒருவர் முற்றிலும் புதிய உறவுக்குள் பழக்கப் படும் வரை தன் பழைய இடத்தின் நினைவுகள் அவரைச் சுற்றிக் கொண்டேயிருக்கும். ஏழ்மையும் அசௌகரியங்களும் உள்ள இடத்தைவிட ஒரு வளர்ந்த நாகரிக நாட்டில் பொருந்திப் போவது எளிது. நான் இருந்த ஐரோப்பாவைவிட நான் வந்து சேர்ந்த இந்தியா பலவிதத்திலும் படுமோசமாக இருந்தது. கடிதங்கள் வந்துகொண்டிருந்தாலும் பலதடவை என் குடும்பம் மற்றும் பெற்றோர்களை நினைத்து மனம் ஏங்கும். இந்தமாதிரி மன வேதனை தவிர்க்க முடியாதவை. நாம் வளர்வதில் ஒரு பகுதி, கற்பதில் ஒரு பகுதி, சமாளித்துக் கொள்வதில் ஒரு பகுதி. ஆனால் சமாளிக்க வேண்டிய இன்னும் மோசமான நிலைகள் எனக்கு முன்னால் காத்திருக்கின்றன என்று அப்போது எனக்குத் தெரியாது.

1974இல் நான் அகமதாபாத் வந்து அங்குள்ள புகழ்பெற்ற புனித சேவியர் கல்லூரியில் மாணவியாகச் சேர்ந்தேன். எதிர்காலப் பணியை முன்னிட்டு நான் குஜராத்தி மொழியில் பி.ஏ. படிக்க

வேண்டும் என்று தீர்மானித்தேன். ஒரு சிரமமான சவால்தான். எனக்கு நான்கு ஐரோப்பிய மொழிகள் தெரியும், ஆனால் ஒரு இந்திய மொழிகூடத் தெரியாது. குஜராத்தி மொழியின் எழுத்துக்கள் மிக விசித்திரமானவை. ஆனால் நான் அதைத் துணிச்சலுடன் ஏற்றுக்கொண்டேன். என்னுடன் படிக்கும் பல பெண்களைவிட நான் வயதில் பலவருடங்கள் மூத்தவள் என்றாலும் விரைவில் அந்தக் கல்லூரி விடுதியில் அவர்களுடன் கலந்துவிட்டேன். பல வீடுகளும் குடும்பங்களும் என்னை அன்போடு வரவேற்றன.

எவ்வளவோ விஷயங்கள் நினைவிற்கு வருகின்றன. இவ்வளவு அழகான ஒரு பெண் ஆண் நண்பர்களுடன் பழகுவதிலோ, திருமணத்திலோ ஏன் ஆர்வம் காட்டுவதில்லை என்று என்னுடன் படிக்கும் மாணவிகள் ஆச்சரியப்படுவார்கள். அவர்களுக்கோ அதைத் தவிர வேறு எண்ணமே இல்லை. நான் ஒரு 'சிஸ்டர்' – கன்னியாஸ்திரி – என்று நிறைய பேருக்குத் தெரியும். அதன் பொருள் என்ன என்று பலருக்குத் தெரியாது. ஒரு தடவை எனது சிநேகிதியின் அம்மா என்னிடம் தனியாகப் பரிவுடன் கேட்டார். "உன் அம்மா அப்பாவிற்கு உன்னிடம் பாசம் இல்லை போலிருக்கிறது. உன் கல்யாணத்தைப் பற்றி அவர்கள் கவலைப் படுவதாகவே தெரியவில்லையே. உன்னை எனக்கு ரொம்ப பிடித்திருக்கிறது. நான் உனக்கு ஒரு நல்ல பையனைப் பார்க் கட்டுமா?"

இன்னொரு தடவை ஒரு சிநேகிதியின் வீட்டில் என்னைச் சாப்பிட அழைத்திருந்தார்கள். சைவ உணவு. ஒரே புளிப்பும் காரமுமாயிருந்தது. இங்கு மிளகாயும் எலுமிச்சையும் இல்லாமல் உணவு சமைப்பது இல்லை. எனக்கு குஜராத்தி நன்றாகப் பேச வரும். குஜராத்தி மக்களுடன் சுலபமாகப் பழகவும் முடியும். ஆனால் அன்றையதினம் நான் புடவையால் உடலைச் சுற்றி இழுத்து மூடிவிட்டுச் சம்மணமிட்டுக் கல்தரையில் உட்கார்ந்தபடி சோற்றை விரல்களால் குழைத்து வாய்க்குள் செலுத்தினேன். இந்த நிலையில் என் அம்மா என்னைப் பார்த்தால் எப்படியிருக்கும் என்று நினைத்தபோது சிரிப்பு வந்துவிட்டது. தரையில் உட்கார்ந்து, தட்டத்தை நோக்கிக் குனிந்தபடி இருப்பது எவ்வளவு சிரமம்! அடுக்களையின் உஷ்ணத்தால் எனக்கு வியர்த்துக் கொட்டியது. சாப்பிடும்போது கறி உடையில் விழுந்து கறையை ஏற்படுத்தியது. என் முன்னால் உட்கார்ந்து சாப்பிட்டுக்கொண்டிருந்த நான்கு சிறுமிகள் என்னைத் திருட்டுத்தனமாய் பார்த்துக்கொண்டு தங்களுக் குள் சிரித்தபடி இருந்தனர். 'எவ்வளவு பெரிய பெண், இன்னும் சரியாகச் சாப்பிடத் தெரியவில்லை' என்று தங்களுக்குள் சொல்லிக் கொண்டிருக்கலாம். விரல்களால் சோற்றைப் பிசைந்து சாப்பிட அவர்களுக்குத் தெரிந்திருக்கிறது. எப்படியோ, நான் தட்டத்தைக் காலி செய்துவிட்டேன்.

விடுமுறை நாட்களில் நான் ராஜ்கோட்டிலுள்ள எங்கள் கான்வென்டுக்குப் போவேன். சிலசமயம் பள்ளியை ஏப்ரல் மாதத்திற்கு முன்பே முடிவிடுவார்கள். காரணம், கலவரமோ தண்ணீர்ப் பற்றாக்குறையோ எதுவாகவும் இருக்கலாம். தண்ணீர் எப்போதும் தட்டுப்பாடுதான். குறிப்பாக அது விவசாயிகளை அதிகம் பாதித்தது. சில நல்ல மனிதர்கள் அன்பளிப்பாக அளித்த உணவு மற்றும் உடைகளை அங்குள்ள குடும்பங்களுக்கு வழங்கி னோம். சிலசமயங்களில் நாங்கள் ஒரு குழுவாகக் கிராமங் களுக்குச் சென்று கிணறுகளை ஆழப்படுத்துவதற்கு உதவினோம். நாங்கள் மாணவிகள் என்பதால் அவர்களுடன் பழகுவது சுலப மாயிருந்தது. வெயில் கடுமையாக இருந்தது. நாற்பது டிகிரி செல்சியசையும் தாண்டியது.

நான் ஆரோக்கியமாகத்தான் இருந்தேன். எதுவுமே தேவைப் படவில்லை. ஆனால் என்னைச் சுற்றிலும் உள்ள மக்கள் உணவுக் கும் நீருக்கும் தவித்தார்கள். ஏன் அவர்களுக்கு இந்த நிலைமை என்று எனக்குப் புரிந்துகொள்ள முடியவில்லை. நான் வளர்ந்த ஐரோப்பாவில், கடுமையான போர்களுக்குப் பின்னர்கூட, நிலைமை இவ்வாறு மோசமாக இருக்கவில்லை. சில சமயங்களில் நான், உள் மனதின் ஆழ்ந்த நம்பிக்கையின் காரணமாக இந்துப் பணியை ஏற்காமலிருந்தால் நானும் 'மதம் ஒரு அபின்' என்றே கருதியிருப் பேன் என்று நினைத்துக்கொள்வேன். என்னைச் சுற்றியிருக்கும் இந்த மனிதர்களுக்குத் துக்கமும் துயரமும் நிறைந்த இந்த உலக வாழ்க்கையைத் தாங்கிச் செல்வதற்கு மதம் என்ற மயக்க மருந்துதான் உதவிக்கொண்டிருக்கிறது.

ஆனால் நாம் காணும் உலகம் மாறிக்கொண்டுதான் இருக்கிறது. இது எழுபதுகளின் தொடக்கம். இரண்டாவது வாட்டிகன் கவுன்சில் என்ற முக்கியமான கத்தோலிக்க சர்ச்சின் உலக மாநாடு நடைபெற்றது. புதிய குரல்கள் உயர்ந்தன. புதிய வழிகள் திறந்தன. 'விடுதலைக்கான இறையியல்', 'ஏழைகளுக்கான விருப்பத் தேர்வு' போன்றவை பேசப்பட்டன. பணக்காரர் மற்றும் நடுத்தர மக்களின் குழந்தைகளுக்காக உழைப்பதைவிட ஏழைகளுக்காகச் சேவை செய்தால் என்ன? இதை வாழ்நாள் கடமையாக ஏற்றுக் கொண்டால் என்ன? இந்தக் கருத்துகள் என் மனதில் வேர் படிந்தன. நான் இளவயதும் ஆர்வமும் உடையவளாயிருப்பதன் காரணமாயிருக்கலாம். மெதுவாக ஆனால் உறுதியாக நானும் மாறத் தொடங்கினேன்.

பால்ஸினோரில் கிறிஸ்துமஸ்

1973 கிறிஸ்துமஸின் போது நிர்மலா பள்ளி மாணவிகள் மற்றும் சேவியர் (ஜெஸ்யூட்) பள்ளி மாணவர்களுடன் ரயிலில்

பயணம் செய்து 200 கி.மீ தூரத்திலுள்ள பால்ஸினோர் என்ற இடத்திற்குப் போனோம். கேதா மாவட்டத்திலுள்ள அந்த ஊர் பருவமழையின் தீவிரத்தால் ஏற்பட்ட வெள்ளப் பெருக்கில் தத்தளித்துக்கொண்டிருந்தது.

ரயிலில் மூன்றாம் வகுப்புப் பயணம் என்பது நரக வேதனை தான். பம்பாயில் சில நாட்கள் தங்கியிருந்தபோது லோக்கல் ரயிலில் பயணம் செய்வதை நினைத்துக் கொண்டேன். பிளாட் பாரத்தில் ரயில் வந்து நின்றதும் மக்கள் கூட்டம் அலைமோதி உள்ளே ஏற முயற்சி செய்தது. கூட்டத்தைப் பார்த்து நான் சற்றுத் தயங்கி நின்றேன். ஆனால் மக்கள் அலை என்னையும் மற்ற பெண்களையும் இழுத்துக்கொண்டே சென்றது. கதவை நெருங்கியதும் கீழே விழுந்துவிடுவேனோ என்று பயந்தேன். ஆனால் என்னைச் சுற்றியிருந்த பெண்கள் உந்தித் தள்ளப் பெட்டியின் உள்ளே சென்றுவிட்டேன். அடுத்த ஸ்டேஷனில் ஒரு பெண் தன் கையில் இருந்த குழந்தையை யாரோ ஒருவர் கைகளில் திணித்துவிட்டுக் குதித்து உள்ளே ஏறிவிட்டாள். மழைக்காலம் என்பதால் எல்லோரும் தொப்பலாக நனைந்திருந்தனர். அந்தப் பெண்ணோ சிரித்துக்கொண்டே அவரிடமிருந்து குழந்தையை வாங்கிக்கொண்டாள். 'பார்த்தாயா என் சாமர்த்தியத்தை' என்ற வெற்றியின் மகிழ்ச்சி அவள் முகத்தில் பளிச்சிட்டது.

பால்ஸினோர் செல்லும் இரவுப்பயணம் அவ்வளவு மோச மில்லை. எனக்கு மேல்படுக்கை கிடைத்துவிட்டது. படுக்கை விரிப்பை அதில் விரித்துப் படுத்ததும் சிறிது நேரத்தில் தூங்கி விட்டேன். காலையில் விழித்தபோது படுக்கைப் பகுதியிலும் தரையிலும் பெஞ்சிலுமாக ஆட்கள் தூங்கிக் கொண்டிருந்தனர். தினசரி இப்படித்தான் போலும் என்று நினைக்கத் தோன்றியது. ரயில் ஏதோ ஒரு சின்ன ஸ்டேஷனில் நின்றது. வெளியே "சாய், சாய்" என்ற குரல் ஒலித்துக்கொண்டிருந்தது.

பால்ஸினோரில் சேவை இல்லத்தில் எங்களுக்குத் தங்க இடம் கிடைத்தது. மாணவிகளும் நானும் இரவில் ஒரு பெரிய சேமிப்புக் கிடங்கில் தங்கினோம்.

பகலில் நாங்கள் வெள்ளப் பெருக்கால் வீடுகளில் நிறைந் திருந்த சேறு சகதிகளை அகற்றினோம். புதிய வீடுகள் கட்டுவதற்காக அஸ்திவாரங்கள் தோண்டினோம். மாணவர்கள் சேதமடைந்த ரோடுகளைச் சீரமைத்தனர். எட்டு நாட்கள் இரவும் பகலுமாக உழைத்தோம். மூன்றாம் உலக, சக்தியற்ற, இயற்கையை நம்பி வாழும், அதிகாரத்தால் சுரண்டப்படும் ஏழைத் தினக்கூலிகளைப் போல் உழைத்தோம். கிராமத்தில் உள்ள மக்கள் சிலரும் எங்கள் வேலையில் பங்கேற்றனர். சிறிது நேரத்தில் எங்களுடன் நல்ல விதமாகப் பேசிப் பழகினர். அவர்கள் வாழ்க்கையில் பங்கு

கொண்டோம். மாலைதோறும் தெருக்குழாயில் குளித்துவிட்டு, தரையில் வரிசையாக அமர்ந்து எங்களுக்கு அளந்து வழங்கப்படும் சோற்றையும் கறியையும் சாப்பிடுவோம். எங்கள் பசி அடங்காது. வயிறு கடகடவென்று முனங்கும். ஆயினும் எங்கள் வேலை தடையின்றித் தொடர்ந்தது.

இரவில், உணவுக்குப்பின், பெட்ரோமாக்ஸ் வெளிச்சத்தில் அமர்ந்தபடி இந்தியக் கிராமங்களில் நிலவும் ஏழ்மை பற்றிப் பேசி விவாதித்தோம். கிராம வாழ்க்கை பற்றிய எங்கள் முதல் நேரடி அனுபவம் இதுதான். கிராமத்துக்கும் நகரத்துக்கும் இடையே உள்ள மாபெரும் வித்தியாசம் எங்களைப் பாதித்தது. மாணவர்கள் இதுபற்றி நீண்ட நேரம் விவாதித்துக் கொண்டிருந்தனர்.

கடைசி தினம் கிறிஸ்துமஸ் நாளாக அமைந்துவிட்டது. நள்ளிரவு பூஜையின்போது நாற்பது இளம் குரல்கள் எனக்கு கிறிஸ்துமஸ் நல்வாழ்த்துக்கள் கூறின. நாற்பது ஜோடிக் கரங்கள் எனது கைகளைப் பிடித்து அழுக்கின. மகிழ்வுடன் அணைத்துக் கொண்டன. அந்தக் கூட்டத்தில் என்னைத் தவிர வேறு இரண்டு கத்தோலிக்கர்கள் மட்டுமே இருந்தனர். ஆயினும் ஒவ்வொருவரும் அதைத் தங்கள் சொந்த விழாவாகக் கருதி ஆவலுடன் பங்கு பெற்றனர். இது போன்று நான் ஒரு போதும் கொண்டாடியதில்லை — என்சொந்த நாட்டு கிறிஸ்துமஸின்போதுகூட. அங்கு கம்யூனிஸ்ட் கள் வருஷக் கணக்காக மக்கள் கிறிஸ்துமஸ் கொண்டாடுவதைத் தடைசெய்திருந்தனர். நான் கொண்டாடியதிலேயே மகிழ்ச்சி யான கிறிஸ்துமஸ் இதுதான்.

எட்டு நாட்கள் கழிந்தன. நாங்கள் மெதுவாக அவர் களிடமிருந்து விடைபெற்றோம். அவர்கள் எங்களிடம் மிகவும் சினேகமாகவே இருந்தனர். ஆனால் பின்னர் விசாரித்தபோது அவர்கள் சற்று ஆச்சரியத்துடனும் இருந்தனர் என்று தெரிந்தது. அவர்களில் ஒரு பெண் எங்களிடம் கேட்டாள்: "நாங்கள் எதைத் தந்தாலும் அதைச் சாப்பிடத்தான் செய்தீர்கள். ஆனால் நீங்கள் உங்கள் வீட்டிலேயே இருந்திருக்கலாமே. இங்கே கிடைத்ததை விட உங்களுக்கு அங்கே நல்ல உணவுகள் நிறையக் கிடைத் திருக்குமே."

இன்னொரு பெண் என் வெள்ளைத்தோலை உற்றுப் பார்த்த படியே கேட்டாள். "நீங்கள் யார்? உங்கள் ஊரில் உள்ளவர்கள் எல்லோரும் பணக்காரர்களாக இருக்கும்போது இங்கு எதற்காக வந்தீர்கள்? பின் எதற்காக இங்கே வந்து இப்படிக் கஷ்டப்பட்டீர் கள்?" ரொம்ப நாளைக்குப் பிறகு நான் ஒரு விஷயத்தைத் தெரிந்துகொண்டேன். பெரும்பாலான இந்தியர்கள் வெள்ளைக் காரர்கள் எல்லோருமே பெரும் பணக்காரர்கள்; பணத்துக்காக அவர்கள் வேலை செய்ய வேண்டியதில்லை என்று நினைக்கிறார்

கள். பொதுவாக இந்தியர்களின் ஆசையே, நிறைய பணம் இருக்க வேண்டும்; வேலை எதுவும் செய்யக் கூடாது என்பதுதான்.

ரெம்ப நாளைக்குப் பிறகு எங்களைச் சந்தித்த இன்னொருவர் சொன்னது இது: "நீங்கள் வேலை செய்யும் போது கவனித்துக் கொண்டே இருந்தேன். மிகக் கடுமையாக உழைத்தீர்கள். எங்களைப் போல் அல்ல. நாங்கள் பிறருக்காக வேலை செய்யும்போது, அதுவும் கூலிக்காக வேலை செய்யும்போது மிக மெதுவாகத் தான் செய்வோம்."

நான் பதில் சொல்லவில்லை. என்ன சொல்ல முடியும்? ஆனால், இந்தியக் கிராமங்களின் உண்மை வெளிப்பாடு என் உள்ளத்தில் ஆழமாகப் பதிந்தது. இந்தியாவைப் பற்றி நிறையவே படித்திருக்கிறேன். நிறைய அறிஞர்களுடனும் ஆசிரியர்களுடனும் பேசியிருக்கிறேன், கேட்டிருக்கிறேன். ஆனால் அந்த டிசம்பரின் எட்டு நாட்கள் எனக்குக் கற்பித்தவை முற்றிலும் வித்தியாசமான விஷயங்கள். அந்தக் கிராமத்தினரின் வாழ்வைப் பகிர்ந்துகொண் டேன். என் மனதில் உறுதி ஏற்பட்டது. எந்தக் கஷ்டத்தையும் எதிர்நோக்கும் வலிமை பிறந்தது. குஜராத்தி மொழியில் என் பி.ஏ. படிப்பை முடித்துவிட்டேன். "தொடர்ந்து எம்.ஏ. படிக்கப் போகிறாயா?" என்று கேட்டார்கள். வேண்டாம், என்னை ஓர் ஆதிவாசிக் கிராமத்துக்கு அனுப்பிவிடுங்கள் என்று கேட்டுக் கொண்டேன். எனது மேலதிகாரிகள் ஒப்புக்கொண்டனர். அவ் விதமாக நான் குஜராத், ராஜஸ்தான் எல்லையில் உள்ள சபர்காந்தா எனும் இடத்தின் அருகிலுள்ள லுஸாடியா என்ற கிராமத்துக்கு அனுப்பப்பட்டேன். அங்கே எங்களுக்கு ஒரு வீடு கிடைத்தது. பெண்கள் விடுதி ஒன்றும் இருந்தது.

கோர்வாடாவில் வாழ்க்கை

1976 எப்ரல் மாதம் நான் சபர்காந்தாவுக்கு நிரந்தரமாக வந்துவிட்டேன். அப்போது எனக்கு வயது 32. மனம் நிறைய திட்டங்கள் இருந்தன. இந்தியாவுக்கு வந்து நான்கு வருஷம் ஆகியிருந்தது.

இந்த இடத்திற்கு நான் இரண்டு வருடங்களுக்கு முன் ஒரு தீபாவளிச் சமயம் வந்திருக்கிறேன். ஆனால் என்னமோ இதை முதன்முறையாகப் பார்க்கும் எண்ணமே தோன்றியது. நான் கண்ட கனவுகள் எல்லாம் நிஜமாவது போல் தோன்றியது. நான் புத்தகங்களில் படித்த, கற்பனை செய்திருந்த இந்தியா இதுதான். இதோ இங்கேயே வந்துவிட்டேன். வரும் வழியில் பேருந்து பழுதடைந்ததும் நீண்ட நேரத்துக்குப்பின் வேறொரு பஸ்ஸில் எங்களைத் திணித்துக்கொண்டதும் நினைவிருக்கிறது.

இந்தியக் கிராமங்களே அப்படித்தான். நிறைய பொறுமை வேண்டும். வருவதையெல்லாம் மௌனமாக ஏற்றுக்கொள்ளும் திறமை வேண்டும். சற்றும் தளர்ந்துவிடக் கூடாது.

துங்ரி கரேஸியா ஆதிவாசிகள் நினைப்பதையும் செயல்படு வதையும் பற்றி அறியத் தொடங்கினேன். அதற்கான ஒரே வழி அதில் அப்படியே மூழ்கிவிடுவதுதான். கோர்வாடாவில் இன்னொரு ஸிஸ்டருடன் ஒரு ஆதிவாசிக் குடும்பத்துடன் தங்குவதற்கு அனுமதி கிடைத்தது. கோர்வாடா ஒரு ஆதிவாசிக் கிராமம். அங்குள்ள மக்கள் செய்யும் வேலைகளையே நாங்களும் செய்தோம் – விறகு சேகரித்தல், நெருப்பு மூட்டி உணவு தயாரித்தல், வயல்களில் வேலை செய்தல், சமயம் கிடைக்கும்போது படித்து இரவில் அவர்களுடன் விளையாடுதல், விழாக்களில் பங்கெடுத்தல் போன்ற வை. இரண்டு ஆண்டுகள் இந்த முறையைக் கடைப்பிடித்தேன்.

ஆரம்பத்தில் வாழ்க்கை மிகவும் கஷ்டமாக இருந்தது. அந்த நாற்றம் பிடித்த சிறிய இருட்டு அறையில் எப்படி வாழப் போகிறோம் என்று ஆச்சரியப்பட்டேன். தனிமை என்பதே கிடையாது. யாரும் – சிறியவரோ பெரியவரோ – இஷ்டம் போல் உள்ளே வரலாம். துணியோ, புத்தகமோ, பொம்மையோ, காமிராவோ எது விருப்பமோ அதை எடுத்துப் பார்க்கலாம். யாருடனும் நெருங்கிப் பழக முடியவில்லை. எண்ணங்களையும் உணர்ச்சிகளையும் யாருடனும் பங்கிட்டுக்கொள்ள முடியாது. (என்னுடன் இருந்த சிஸ்டர் சில வாரங்களிலேயே போய்விட்டாள், மேலும் சில வாரங்களுக்குப் பிறகு வந்த வேறொரு சிஸ்டரும் சில மாதங்கள் கூட இருக்கவில்லை. ஆகவே பெரும் பாலும் தனிமைதான்.) உணவு புதியது. இதுவரை பார்த்திராதது. வயிறு அடிக்கடி உபத்திரவப்படுத்தியது. வேறு ஏதாவது கிடைக் காதா என்று ஏங்கியது.

உஷ்ணமும் தூசியும் உடம்பெங்கும் அரிப்பை ஏற்படுத்தின. வேனிற்காலம் வந்ததும் ஏதோ அடுப்படியில் இருப்பதுபோல் இருக்கும். இரவில் வியர்வை வழியும். படுக்கையில் தூங்கமுடியாமல் அப்படியும் இப்படியுமாகப் புரண்டுகொண்டிருப்பேன்.

'கடவுளே, இதை என்னால் தாங்க முடியாது. என்னால் தொடர்ந்து இங்கே இருக்க முடியாது' என்று புலம்புவேன். சரி, ஒரு வருஷம் பார்ப்போம். ஒரே ஒரு வருஷம் மட்டும்தான்.

இந்த வாழ்க்கை மிகவும் வித்தியாசமானது. என் சொந்த நாட்டைக் குறிப்பிடவில்லை, இந்தியாவில் என் கான்வென்ட் வாழ்க்கையைத்தான் சொல்கிறேன். இது எந்தவிதத்திலும் அவ்வளவு வசதியாக இல்லை. இருந்தாலும், இந்தக் கிராமத்து மக்களின் இயல்பான நடத்தை என்னை வெகுவாக மாற்றத்

தொடங்கியது. பழைய வாழ்க்கையிலிருந்து தனிமையாகப் பிரிக்கப்பட்டு அதற்குப் பதில் இன்னொன்று வந்துவிட்டது. சிறு விவசாயிகள் இங்கே சுமார் ஐந்து ஏக்கர் நிலத்துடன் அதில் கவனமாகப் பயிரிட்டு தாம் வாழ்வதற்கான எல்லாவற்றையும் விளை வித்துக்கொள்வார்கள். அந்த வீட்டிலிருந்த அரவிந்த்பாய் அடிக்கடி சொல்வார்: "நாங்கள் தேயிலையும் உப்பும் மட்டுமே விலைக்கு வாங்குவோம். மற்றதெல்லாம் எங்கள் நிலத்தில் விளைகின்றன." ஒரு தடவை நான் அவரிடம், "இந்தக் கிராமத்தின் பெயர் கோர்வாடா, அதாவது 'அடர்ந்த காடு.' ஆனால் இங்கே எந்தக் காட்டையுமே காணவில்லையே" என்று கேட்டேன். அரவிந்த்பாய் தோளைக் குலுக்கிக்கொண்டே என் பார்வையைத் தவிர்த்தபடி, "காண்ட்ராக்டர்களிடம்தான் கேட்க வேண்டும். எல்லா வற்றையுமே அவர்கள் கொண்டு போய்விட்டார்களே" என்றார்.

அந்த மக்களுடன் எனக்கு மெதுவாக நெருங்கிய நட்பு ஏற்படத் தொடங்கியது. ஒன்றாகவே சாப்பிட்டோம், சமைத்த உணவுகளைப் பங்கிட்டுக்கொண்டோம். இதுதான் பூஜை என்பதன் சரியான பொருள் என்று எனக்குத் தோன்றியது. கிறிஸ்தவ மதத்தில் ரொட்டியைப் பிட்டு எல்லோருக்கும் பங்கிடுவது, அடுத்த வரிடம் அன்பும் மரியாதையும் காட்டுவது போன்றவைதான் உண்மையான வழிபாடு எனப்படுகிறது. இவற்றையெல்லாம்தான் நாங்கள் இங்கே செய்து வந்தோம். அதாவது, நான் அந்த மக்களின் நிலையிலேயே வாழ நினைத்தேன். ஒரு படா சாப் மாதிரி பணத்தை வீச நினைக்கவில்லை. உறவுதான் எனக்கும் முக்கியமாகப்பட்டது. அவர்களுடன் நட்பு பாராட்டும் ஒரு சகோதரி யாக. அவர்களுடன் நெருங்கிப் பழகுவதன்மூலம் நான் மேலும் ஒரு நல்ல, இரக்கமுள்ள ஆத்மாவாக ஆகமுடியும் என்று எனக்குத் தோன்றியது. அவர்கள் ஒவ்வொருவரிடமும் கடவுளைக் காண பதற்கு அவர்களிடம் நட்பு பாராட்டும் ஒரு சகோதரியாக இருப்பது தான் சரியான வழி என்று நினைத்தேன்.

சமைத்துச் சாப்பிட்டபின் மாலை நேரங்களில் (எப்போதும் இருட்டுவதற்குள் சாப்பிட்டுவிட வேண்டும்) வீட்டு வராந்தாவில் அமர்ந்து பேசிக்கொண்டிருப்போம். பேச்சு பேச்சு என்றுதான் எப்போதும். அன்றைய பொழுதில் செய்த வேலைகள் பற்றிப் பேசுவோம். புதிதாக எதையாவது பார்த்தால் அதுபற்றிக் கேட்போம். எங்களுக்குப் புரியாத வார்த்தையை விளக்கும்படி சொல்வோம். அவர்கள் தாங்கள் வயல்களில் செய்த வேலைகள், பாதித்த நோய்கள், கவலைகள் பற்றி எல்லாம் சொல்வார்கள். அவர்களைப் பிச்சைக்காரர்கள் என்று ஒருபோதும் நான் நினைத்ததில்லை. அவர்கள் எங்களிடம் பணம் கேட்டதேயில்லை. அவ்வப்போது பரிமாறிக்கொள்ளும் பொருட்களைத் தவிர வேறெதையும் யாசித்த

தில்லை. அவர்களுடைய நம்பிக்கைகள், பழக்க வழக்கங்கள் பற்றிப் பொறுமையுடன் விவரிவாகக் கூறுவார்கள். சோழப் பயிரில் களை எடுப்பது, விளைந்த தானியத்தை அறுவடை செய்வது, வயலில் வேலை பார்ப்பது போன்றவற்றையெல்லாம் அவர் களிடமிருந்து நாங்கள் கற்றுக்கொண்டோம்.

பெண்களுடன் விறகு பொறுக்கச் செல்வோம். மிகவும் சிரமமான வேலை அது. தூரத்திலுள்ள ஒரு மலையை நோக்கி வெயிலில் மணிக்கணக்காக நடந்து செல்வோம். மலை உச்சியில் ஏறிக் கிளைகளை வெட்டிக் கீழே போடுவாம். (பட்ட மரங்களைத் தான் வெட்ட வேண்டும்; பச்சை மரங்களைத் தொடக்கூடாது.) சுள்ளிகளையும் கட்டைகளையும் சேர்த்துக் கட்டித் தலைமேல் சுமந்து வீட்டை நோக்கித் திரும்பி நடப்போம் மிகவும் சிரமமான வேலைதான்.

ஆனால் பெண்களைப் பொறுத்த அளவில் அது ஒரு முக்கியமான நேரம். ஆண்கள் யாரும் எங்களுடன் வருவதில்லை. அதனால் பெண்களுக்கே உரிய சில பிரச்சினைகள் பற்றி நாங்கள் நிறையப் பேச முடிந்தது. ஒரு இளம்பெண் தான் உண்டா யிருக்கிறேனா என்று கவலைப்படுவாள். நிறைய குழந்தைகள் உள்ள ஒரு வயதான பெண்ணுக்கும் அதே கவலை. இனிமேலும் எதற்கு? தங்கள் குடிகாரக் கணவன்மாரைப் பற்றிப் பேசுவார்கள். எந்தக் காரணமும் இன்றி இரவில் தங்களைப்போட்டு அடிப் பதைப் பற்றிக் கூறி அழுவார்கள். தாங்கள் உயர்ந்தவர்கள், வலுவானவர்கள் என்று காட்டுவதற்குத்தான் ஆண்கள் அப்படிச் செய்கிறார்கள் என்று நினைத்துக்கொள்வேன்.

ஒருநாள் காலை, சாணம் பூசி மெழுகிய வராந்தாவில் உட்கார்ந்து படிக்க முயற்சி செய்துகொண்டிருந்தேன்.

இரவு சரியான உறக்கம் இல்லை. சோர்வாக இருந்தது. அப்போது அந்தக் குடும்பத்திலுள்ள ஒரு குழந்தை – புஷ்பா – எங்கிருந்தோ வந்து என் அருகே தொப்பென்று உட்கார்ந்தாள். எனக்குச் சற்று எரிச்சலாகத்தான் இருந்தது. அவள் எதுவும் பேசவில்லை. தன் ஜேபியில் இருந்து சில பூக்களை எடுத்துத் தன் முன்னே தரையில் அடுக்கத் தொடங்கினாள். கடைக்கண்ணால் அதைக் கவனித்தபடி இருந்தேன். அவள் என்னை ஏறிட்டுப் பார்த்து, சற்று வெட்கத்துடன் ஒரு பூவை எடுத்து என்னிடம் தந்தாள். அதை வாங்கியபடி சற்று சிரமத்துடன் சிரித்தேன். அவள் எழுந்து வெளியே போய் மேலும் நிறையப் பூக்களைக் கொண்டுவந்து மீண்டும் மெதுவாக அடுக்கத் தொடங்கினாள். திரும்பவும் என்னிடம் ஒரு பூவை எடுத்துத் தந்தாள். இப்போது என் புன்னகை இயற்கையாக இருந்தது. அவளுக்கு நன்றி

சொன்னேன். பதில் பேசாமல் பூக்களை ஒரு அழகிய வரிசையில் அடுக்கியபடியே இருந்தாள். மிகவும் அழகாக இருக்கிறதே என்று சொன்னேன். என்னைப் பார்த்து, அந்தப் பூக்கள் எல்லாம் எனக்காகத்தான், ஒரு பரிசு என்று சைகை காட்டினாள். எனக்குத் திகைப்பாயிருந்தது, கண்களில் நீர் முட்டியது.

ஒரு சிறிய சைகை மூலம் புஷ்பா எனது தேவையை உணர்த்திவிட்டாள். என் வீட்டில் இருக்கும் உணர்வையும் அமைதி யையும் எனக்குத் தந்துவிட்டாள்.

கோர்வாடாவில் வசிப்பதால் பட்ட எவ்வளவோ கஷ்டங் களுக்கிடையிலும் நான் அதை விட்டுப் போக விரும்பாததன் காரணம் இவைதான்.

ஒரு நாள் மாலையில் அந்த வீட்டு வயதான பெண்மணி மார்டிபென்னுடன் பேசிக்கொண்டிருந்தேன். அவள் என்னப் பார்த்து, "உன்னை எனக்கு மிகவும் பிடித்திருக்கிறது. ஒரு விஷயம் மட்டும்தான் புரியவில்லை. உன் குடும்பத்தை விட்டுவிட்டு இங்கே வந்திருக்கிறாய். கல்யாணமும் செய்துகொள்ளவில்லை. ரொம்ப அழகாக வேறு இருக்கிறாய். எல்லா விஷயமும் உனக்குத் தெரிகிறது. இருந்தும் ஒரு அருமையான நாட்டை விட்டுவிட்டு இங்கு வந்து எங்களுடன் இருக்கிறாய். நாங்கள் தருவதை எந்தக் குறையும் சொல்லாமல் சாப்பிடுகிறாய், ஏன்?" என்று கேட்டாள்.

நான் புன்னகைத்தேன். அவள் கையை மெதுவாகத் தொட்ட படி, "எவ்வளவுதான் கஷ்டங்கள் இருந்தாலும் வாழ்க்கையை ஒரு பரிசாக ஏற்றுக்கொள்வதற்கு எனக்கு நீங்கள் நிறைய கற்றுத் தந்திருக்கிறீர்கள்" என்றேன்.

கோர்வாடாவில் இரண்டு ஆண்டுகள் இருந்துவிட்டு லூஸாடி யாவிலுள்ள எங்கள் வீட்டுக்குப் போனேன். ஆதிவாசிகளுடனான என் வேலை தொடங்கிவிட்டது.

சபர்காந்தாவின் முதல் ஆண்டுகள்

அநேகமாக ஒவ்வொரு நாளும் நான் கிராமம் கிராமமாகச் சென்று அங்குள்ள மக்களைத் தொடர்புகொள்ள முயற்சி செய்து வந்தேன். நாங்கள் புதியவர்கள் அதனால் எங்களைச் சந்தேகத் துடனேயே பார்த்தார்கள். ஏதாவது பெண்ணின் அருகே செல்லும் போது அவள் உடனே குழந்தைகளை தூக்கிக்கொண்டு அங்கிருந்து ஓட்டம் பிடித்துவிடுவாள். கல் சுவர்களின் மறைவி லிருந்து அவர்கள் என்னைக் கவனித்துக்கொண்டிருப்பார்கள். நான் அவர்களைப் பார்க்கத் தலையைத் திருப்பினால் உடனே

அவர்கள் தங்கள் முகத்தை மூடிக்கொண்டுவிடுவார்கள். ஏன் என்று ரொம்ப வருஷங்களுக்குப் பின்னர்தான் என் ஆதிவாசிப் பெண்கள் கூறித் தெரிந்துகொண்டேன். "நீங்கள் புதியவர்கள். வெளிநாட்டைச் சேர்ந்த அன்னியர். நீங்கள் பேசுவது வேறு மாதிரியிருந்தது. கல்லூரிப் பேச்சு. எங்களுக்குப் புரியாத பெரிய பெரிய வார்த்தைகளைப் பயன்படுத்தினீர்கள். இப்போது உங்கள் பேச்சு நன்றாகப் புரிகிறது. எங்கள் கலிபோலியை நன்றாகப் பேசுகிறீர்கள்."

கொஞ்சம் கொஞ்சமாத்தான் அந்தப் பெண்கள் மாறத் தொடங்கினர். குழந்தைகளை வீட்டுக்குள் வர அனுமதிப்பதில்லை. நான் அவர்களிடம் ஏதாவது பேசினால் அதை ஒட்டுக் கேட்பார்கள். உலகம் பூராவும் பெண்கள் இப்படித்தான் போலிருக்கிறது. ஒரு பெண்ணிடம் ஒரு விஷயத்தைக் கூறினால் அதற்கு இன்னொரு பெண்ணிடமிருந்து விளக்கம் வரும். பின்னர் அவர்கள் என்னை வழியில் கண்டால் வணக்கம் செய்வார்கள். பஸ்ஸுக்காகக் காத்திருக்கும் போது சற்று நின்று பேசிக்கொண்டிருப்பார்கள் எங்களிடையே உள்ள உறவு பலப்பட்டது. நான் பேசும் குஜராத்தி மொழி அவர்களின் கலிபோலி உச்சரிப்புக்கு இணையான வேகத்தில் இருந்தது. அவர்கள் வயலில் வேலை செய்யும்போது பார்த்துக் கொண்டிருப்பேன். சிலசமயம் அவர்கள் வேலையில் நானும் கலந்துகொள்வேன். தங்கள் குழந்தைகளை எப்படிக் கவனித்துக்கொள்ள வேண்டுமென்பதை எனக்குக் கற்றுக் கொடுத் தார்கள். யாராவது இறந்துபோனால் நானும் அந்த மரணச் சடங்கில் கலந்துகொள்வேன். அவர்களுடன் சேர்ந்து அழுவேன். நாங்கள் ஒன்றுசேர்ந்து கிராமத்தில் நடைபெறும் திருவிழா விற்குப் போய் ஆடிப்பாடி மகிழ்வோம். திடீரென ஒருநாள் திருமண நிச்சயச் சடங்குக்கு வரச்சொல்லி அழைப்பார்கள். இங்கு எல்லாமே – செக்ஸோ திருமணமோ – சட்டுபுட்டென்றுதான் நடக்கும். என்னை வேற்றாளாகக் கருதாமல் அவர்களில் ஒராளாகவே இருக்க விரும்பினேன். அவர்களோடு இணைந்து இருப்பதும், எல்லாவற்றையும் பகிர்ந்துகொள்வதும் பேச்சளவில் சரிதான், நடைமுறையில் சிரமமாகத்தான் இருக்கும் என்பது எனக்குத் தெரிந்திருந்தது.

லூஸாடியாவிலுள்ள எங்கள் வீட்டுக்கு 'ஜோதி இல்லம்' என்று பெயர். புதிய வீடு இன்னும் முழுதும் கட்டி முடிக்கப்பட வில்லை. அறைகள் எல்லாம் சிறியவை. செங்கல்லால் கட்டப் பட்டது. வீட்டைச் சுற்றி ஓர் அகலமான வராந்தா. இதுவரை மின்சாரம் வரவில்லை. சூரியன்தான் கதி. பகல்பூராவும் வேலை செய்வோம். இரவில் சிக்கிரமாகவே தூங்கப் போய்விடுவோம். சொற்ப ஒளிதரும் ஒரு மண்ணெண்ணெய் விளக்கு மட்டும் இருந்தது.

இரவில், டெரஸில், நட்சத்திரங்களைப் பார்த்தபடியே படுத் திருப்பேன். ஆம், இதுதான் என் வீடு. என் மனதில் இது ஆழமாகப் பதிந்திருந்தது. வேறெங்கும் இருக்க விரும்பவில்லை. சிறிது சிறிதாக இந்த அமைதியான விசித்திர இடத்தை விரும்பத் தொடங்கினேன். மாறிக்கொண்டிருக்கும் பருவ நிலைகளைக் கவனிப்பேன். டிசம்பரின் குளிர் நாட்கள் விலகி வேனல் வந்து விட்டது. கொளுத்தும் வேனல் போய் அப்புறம் மழைக்காலம். தேளும் பாம்பும் வராந்தாவில் நடமாடும். சில காலங்களில், தவறு, அடிக்கடி மழை வரத் தாமதிக்கும். பாவம் விவசாயிகள். மேகம் ஏதாவது தென்படுகிறதா என்று வானத்தைப் பார்த்தபடி இருப்பார்கள். சில நாட்களில் புயல் வீசும். ஆற்றில் பெரு வெள்ளம் வந்து ரோடுகளையும் பாலங்களையும் அடித்துச் செல்லும். பஸ்கள் ஓடாமல் ஆங்காங்கே நிறுத்தப்பட்டுவிடும்.

நிறைய கனவுகள் இருந்தன. எனது பெண்களுக்கும் சிறுமிகளுக்குமாக வருகிற செப்டம்பரில் ஒரு மகளிர் பள்ளி தொடங்க வேண்டும்; ஒரு கூட்டுறவுப் பால் சொஸைட்டி ஆரம்பிக்க வேண்டும் (போதுமான ஆட்கள் கிடைத்தால்); மரக்கன்றுகள் நடவேண்டும் ... என் பெண்களின் நல்வாழ்வு பற்றி நிறையவே கனவுகள் கண்டேன். பலநாட்கள், மாதங்களாக என் எண்ண மெல்லாம் சமர்காந்தாவின் ஆதிவாசிப் பெண்களும் அவர்களது குழந்தைகளின் வாழ்க்கையும் சிறப்பாக அழகாக அமைய வேண்டும் என்பதிலேயே இருந்தது. அவர்கள் நம்பிக்கை, பயம், விருப்பம், முயற்சி, செயல்பாடு, மகிழ்ச்சி அனைத்தையும் புரிந்துகொள்ள வேண்டும் என்பதே என் ஆர்வமாக இருந்தது.

ஆரம்பத்தில் அவர்களைப் புரிந்துகொள்வதில் எவ்வளவோ சிரமம் இருந்தது என்பது உண்மைதான். முதன்முதலாக, எனது பழைய வாழ்க்கையை மறந்துவிட வேண்டும். நான் சோஷலிஸ நாட்டைச் சேர்ந்த ஒரு நவீன ஐரோப்பிய பெண். இவர்களோ ஆதிவாசிப் பெண்கள், முதலாளித்துவ மனப்போக்கு உடையவர் கள், முற்றிலும் வேறுபட்ட மொழியைப் பேசுபவர்கள். ஆனால் இத்தனை ஆண்டுகளுக்குப் பிறகு, என் சொந்த நாட்டைவிட இதைத்தான் என் வீடாகக் கருதுகிறேன். என்னைப் பொறுத்த அளவிலும் இவர்களைப் பொறுத்த அளவிலும் நான் ஒரு ஐரோப்பியப் பெண் அல்ல. எனவே நான் போகும் இடங்களில் எல்லாம் என்னை குஜராத்திப் பெண்ணைப் போலவே, 'மரியா பென்' என்றே அழைக்கிறார்கள். என் இதயம் இருக்கும் இடமே என் இல்லம். எனது சக்தி அனைத்தையும், உடல் மற்றும் மன உணர்ச்சிகள் அனைத்தையும், என் திறமை அனைத் தையும், இந்தியாவில் உள்ள இந்த சபர்காந்தாவுக்காகவே செலவிட்டிருக்கிறேன்.

சஞ்சுபென்

சஞ்சுபென் என் பக்கத்து வீட்டுக்காரி. அண்மையிலுள்ள ஒரு சிறு குன்றில் கணவன் மற்றும் ஆறு பிள்ளைகளுடன் வசித்து வந்தாள். அவ்வப்போது தனது உறவுக்காரப் பெண் களுடன் வீட்டுக்கு வந்து என்னுடன் பேசிக் கொண்டிருப்பாள். பொதுவாக மாலை வேளைகளில்தான். அப்போது அவள் கணவன் வயல் வேலைகளையெல்லாம் முடித்துவிட்டு வீட்டில் கடைக் குட்டிக் குழந்தை மூன்று மாத ரஜனிகாந்தைக் கவனித்துக்கொண் டிருப்பான். இதுதான் கடைசிக் குழந்தை என்று அவளுக்குத் தெரியும். இதுவாவது ஒரு பெண்ணாக இருக்க வேண்டும் என்று அவள் எவ்வளவோ பிரார்த்தனையெல்லாம் செய்திருந்தாள். குழந்தையை உடல் முழுக்க முத்தமிட்டபடியே, "பரவாயில்லை. இவனும் பெண்ணைப் போலவே அழகாகத்தான் இருக்கிறான்" என்பாள். குழந்தை பிறப்பதென்பதே அவர்களுக்கு வியப்பான செய்திதான். தங்கள் சதையிலிருந்தே ஒரு குழந்தை தோன்றி விடுகிறதே! "என்ன அதிசயம்!" என்பாள், ஒரு பெருமூச்சுடன், ஆனால் மனம் நிறைந்த மகிழ்ச்சியுடன்.

அவள் மூத்த மகன் நான்ஜி, கிராமப் பள்ளிக்கூடத்தில் படிக்கிறான். "உங்கள் கடவுளைத்தான் தினசரி காலையில் பிரார்த் தனை செய்கிறான்" என்றாள் ஒருநாள். அது தனக்குப் பிடித்திருப்ப தாகவும் கூறினாள். அவள் கணவனுக்கும் கடவுள் பக்தி உண்டு. ஷம்லாஜி என்ற இடத்திலுள்ள கிருஷ்ணன் கோவிலுக்குப் போவது வழக்கம். ஆண்களுக்குத்தான் பக்தி ரத்தத்திலேயே ஊறியிருக் கிறது, எங்களுக்கல்ல என்பாள். தான் பிரார்த்தனை செய்வ தில்லை என்பதை ஒப்புக்கொண்டாள். ஆனால் கணவனிடமும் குழந்தைகளிடமும் அன்பைப் பொழிந்தாள். என்னிடமும்தான்.

ஒருநாள் நான் அவள் வீட்டுக்குப் போயிருந்தபோது திடீரென மழை பிடித்துக்கொண்டது. இடியும் மின்னலுமாகப் பலத்த மழை. சுழல் காற்று மழைநீரை வீட்டுக்குள் வீசி அடித்தது. கூரை வேறு ஒழுகிக்கொண்டிருந்தது. மழையின் குளிரில் நாங்கள் நடுங்கத் தொடங்கினோம். எல்லோருமாக வராந்தாவில் போய் ஒதுங்கி நின்றோம். குழந்தையைக் கையில் ஏந்தியபடி சஞ்சுபென், அவள் கணவன், ஆறு பிள்ளைகள், எருமை, இரண்டு ஆடுகள், நான். வெளியே மழை அருவியாகக் கொட்டுகிறது. எங்களுக்குக் குளிரில் ஒரே நடுக்கம். சஞ்சுபென் என்னைப் பார்த்து, "இப்படி ஒரு மழை பெய்து நான் பார்த்ததே இல்லை" என்றாள். பிறகு சிரித்துக்கொண்டே, "நாங்கள் பயந்துவிட்டதாக நினைக்க வேண்டாம். குளிர், மழை, வறுமை எல்லாம் எங்களுக்கு ஒரு பொருட்டில்லை. எங்களிடம் அன்பு நிறைய இருக்கிறது" என்றாள். அந்தக் காட்சியை என்னால் மறக்க முடியாது. ஏதோ பெரிய மனிதர்கள் நடுவில் இருப்பதாக உணர்ந்தேன்.

இன்னொரு நாள் அவள் எங்கள் வீட்டிலிருந்து கிளம்பும்போது அவள் சற்றுக் கவலையோடு இருப்பதாகத் தோன்றியது. "இது பெரிய வீடு. எனக்கு இங்கு இருக்கத் தகுதியில்லை. இதற்கு முன்னால் உங்களை எனக்கு மிகவும் பிடித்திருந்தது. . ." அவள் வார்த்தைகள் கரைந்து போயின. அவள் சொல்வது எனக்குப் புரிந்தது. இந்த ஜோதி இல்லத்துக்கு வருவதற்கு முன் நாங்கள் சிஸ்டர்ஸ் எல்லோரும் ஒரு மண் குடிசையில்தான் தற்காலிகமாக இருந்தோம். அப்போது இந்தப் புதிய வீடு கட்டப்பட்டு வந்தது. சில மாதங்களுக்குப் பிறகு நாங்கள் இந்த வீட்டுக்குக் குடி பெயர்ந்தோம். நல்ல உறுதியான வீடு. செங்கல்லும் சிமெண்டும் கொண்டு கட்டியது. முன்னால் கள்ளிச் செடி இருந்த இடத்தில் சிறிய காம்புவுண்டு சுவர். ஒலைக் கூரைக்குப் பதில் பெரிய டெரஸ். கட்டட வேலை நடக்கும் போது வழியில் போகிறவர்கள் எல்லோரும் அதைப் பார்த்துக்கொண்டே செல்வார்கள். ஏதோ காலனி உருவாவதாக நினைத்தார்கள்.

என்னைப் பொறுத்த அளவில் இந்தப் புதிய பெரிய வீட்டுக்கு வர நான் விரும்பவில்லை. பாதிரியார்களின் மிஷன் வீட்டுக்குப் பிறகு இதுதான் அங்கே பெரிய வீடு. என் கருத்தை மற்றவர்களிடம் சொன்னபோது எனக்குத் திட்டுதான் கிடைத்தது. அயல்நாட்டுக் காரியான எனக்கு அனுபவம் இல்லை என்றும், வெளித்தோற்றம் முக்கியமல்ல, கீழ்ப்படிதல்தான் முக்கியம் என்றும் சொன்னார்கள்.

ஆனால் வெளித்தோற்றம் பெரிய பாதிப்பை ஏற்படுத்துகிறது. சாதாரண மக்களுடன் பழகும்போது நம்முடைய தோற்றத்தையும் வாழ்க்கைத் தரத்தையும் அவர்களிடம் எடுத்துச்செல்கிறோம். இந்தப் புதியவீடு எங்கள் உணர்ச்சிகளை உருவாக்குகிறது. இயேசுபிரானின் செய்தி ஏழைகளையும் உதவி தேவைப்படுபவர் களையும் நோக்கிக் கூறப்பட்டது. அவருடைய செய்தியைப் பரப்பும் நாங்கள் இதோ உயர்ந்த நிலையில் எங்களைத் தக்க வைத்துக்கொண்டிருக்கிறோம். எங்களுக்குத் தேவையானவை எல்லாம் கிடைத்திருக்கின்றன. இந்நிலையில் எங்கள் வார்த்தை களுக்கு என்ன மதிப்பு இருக்கப் போகிறது.

எனது பணியின் சவால்கள்

எனது பணியின் அளவு அதிகரித்தும் பல பிரச்சினைகளும் மெதுவாகத் தலை தூக்க அரம்பித்தன. எனது வாழ்க்கை நிலைக்கும் நான் மேற்கொள்ளும் பணிக்கும் இடையே தீவிரமான வேறுபாடுகள் தோன்றின. நான் ஏழைகளை நேசித்தேன். அவர் களுக்காக எளிமையான முறையில் சேவை செய்ய விரும்பினேன். ஆனால் என்னைப் பணியில் அமர்த்திய நிறுவனம் எனக்குப் பெருமளவு வசதியையும் பணத்தையும் தந்திருந்தது. அது எனக்கு

மிக அசௌகரியமாக இருந்தது. இதுபற்றி முறையிட்ட போது விவாதங்களும் குற்றச்சாட்டுகளும் எழுந்தன. என்னை யாராலும் புரிந்துகொள்ள முடியவில்லை. யாரிடமும் என்னால் பேசவும் முடியவில்லை. எதேச்சையாக ஒரு நாள் ஒரு வயதான கத்தோ லிக்கப் பெண் என்னைப் பார்க்க வந்திருந்தாள். என் நிலையை நன்கு உணர்ந்த அவள். "நிறைவேறாத உன் கவலைகளைக் குறித்து அலட்டிக் கொள்ளாதே, மரிஜா. உன் கனவுகளை விட்டு விடாதே. உனக்கு வழி திறக்கும். நல்லதோ கெட்டதோ, நாள் போகப் போகத்தான் தெரியும். சற்று பொறுமையாக இரு, மரிஜா. இங்கே ஒரு பழமொழி சொல்வார்கள், சேற்றிலேதான் செந்தாமரை மலர்கிறது என்று. இங்கே எல்லாமே சேறுதான். ஆனால் அதிலிருந்துதான் ஓர் அழகிய பூ மலர்கிறது" என்றாள்.

மெதுவாக, மிக மெதுவாக, ஓர் உண்மையை உணர்ந்தேன். இங்கு நான்தான் வேறு வழியில் செல்கிறேன் – குறுகிய, வளைந்து வளைந்து மேடும் பள்ளமுமாகச் செல்கிற வழி. மற்றவர்களோ அகலமான குண்டு குழியற்ற நல்ல பாதையில் நடக்கிறார்கள். நான் எனது பாதையில் தனியாகச் செல்லும்போது மற்றவர்கள் வேறு பாதையில் வசதியாக நடக்கிறார்கள். ஆனால் நான் எப்போதும் தனியாள் என்று சொல்ல முடியாது. என்னுடன் என் ஆதிவாசிப் பெண்கள் இருக்கிறார்கள். அவர்களே எனக்குத் துணை. என்னைப் பார்க்கும் போது அவர்களுக்கு மகிழ்ச்சி ஏற்படுகிறது. அவர்களின் அன்பும் ஆதரவும் என்னைக் கட்டிப் போடுகிறது. நாங்கள் ஒன்றாக நடக்கிறோம், பல விஷயங்களைப் பற்றிப் பேசுகிறோம், ஒன்றாகச் சிரிக்கிறோம், அழுகிறோம், குற்றம் சொல்லிக்கொள்கிறோம். சில சமயம் எங்கள் பயணம் சிரமமாயிருக்கும்போது – அடிக்கடி ஏற்படுவதுதான் – எங்கள் வேகத்தைக் குறைத்துக்கொள்கிறோம். வெயில் கொளுத்தும்போது ஒரு டம்ளர் குளிர்ந்த நீர் மதிப்பற்ற பரிசாக அமைந்து விடுகிறது. எங்கேயும் எவ்வளவுதான் கடுமையாக இருந்தாலும், வாழ்க்கையை ஒரு பரிசாக ஏற்றுக்கொள்கிறோம்.

இங்கு வந்த முதல் மாதங்களைப் பற்றி நினைத்துப் பார்க் கிறேன். மாதர் சங்கத்தின் முதல் கூட்டம். நாம் பெண்கள் அனை வரும் தனித்து, ஆண்கள் இல்லாமல், செயலாற்ற வேண்டும் என்கிறாள் தாலிபென். ஏன்? இங்குள்ள பெண்களில் ஒருத்தியும் ஆண்கள் முன்னால் வாயைத் திறக்கமாட்டார்கள். மரியாதையைக் காட்டுவதற்காகப் புடவைத் தலைப்பால் முகத்தை மூடிக்கொண்டு விடுவார்கள். காந்தாபென் ஸார்க்கி – லிம்டியில் ஆசிரியையாக இருக்கிறாள் – கூறினாள்: "ஆண்களின் சம்மதம் இல்லாமல் நாங்கள் எதையுமே முடிவு செய்ய முடியாது – எங்களுக்கு ஸாரியோ வளையல்களோ வாங்கும்போதுகூட." ஒருநாள் ஷம்லாஜியில் ஒரு திருவிழாவுக்குப் போய்விட்டு வரும் வழியில் கத்ரிபென்

புன்னகையுடன், "அந்த மாத்திரைகளில் கொஞ்சம் வாங்கியிருக்க வேண்டும். தினசரி ஒன்றை என் கணவருக்குக் கொடுத்துவிட்டால் ராத்திரி பூராவும் அசந்து தூங்குவார் – என்னை உபத்திரப்படுத் தாமல்" என்றாள். ஒரு பெண்ணின் கடமை பகல் பூராவும் வீட்டு வேலையில் உழைக்க வேண்டும்; இரவில் கணவனின் தேவைக்கு ஈடு கொடுக்க வேண்டும் என்பது எல்லாப் பெண்களுக்கும் தெரிந்ததுதான். எந்தப் பெண்ணும் ரோட்டில் தனியாகப் போவதை நான் பார்த்ததில்லை. லாலிபென் சொன்னாள், "ஆண் துணையில் லாமல் எந்தப் பெண்ணும் வெளியே போகக்கூடாது. ஒரு ஆண் குழந்தையாவது கூட வரவேண்டும்." பிலோடாவிலுள்ள தாலுகா அலுவலகத்துக்கு நாங்கள் போனபோது எந்த பஸ்ஸைப் பிடிக்க வேண்டும் என்று நான்தான் அவர்களுக்குச் சொல்லிக் கொடுக்க வேண்டியிருந்தது. அந்தப் பெண்கள் யாருக்குமே படிக்கத் தெரியாது.

சுருக்கமாகச் சொன்னால், அவர்களே கூறுகிறபடி, அவர்கள் 'குருடர்கள்' – உரிமையற்றவர்கள், அறிவற்றவர்கள், பிறரைச் சார்ந்திருப்பவர்கள், ஆண்களின் கட்டுப்பாட்டில் இருப்பவர்கள் – இந்தப் பெண்களுடன்தான் நான் வசித்து வந்தேன்.

மெதுவாக, மிகப்பொறுமையுடன், நாங்கள் சுயதேவையைப் பூர்த்தி செய்வதற்கான திட்டங்களை – உள்ளூர்ப் பணி, அரசுத் திட்டங்கள், வெளி நாட்டிலிருந்து உதவி போன்றவற்றால் – நிறை வேற்றினோம். எங்கள் குறிக்கோள் இதுதான்: இந்தப் பெண்கள் தங்கள் மதிப்பை உணர வேண்டும், பதவியும் வழிகாட்டலும் பெறப் பயிற்சி அளிக்க வேண்டும். ஒருவிதத்தில் இது ஒரு சமூகத்தையே உருவாக்குவதாகும். பங்கேற்று வளர்ப்பதாகும். அவர்கள் வாழ்ந்த சமூகத்தை மாற்றி ஒரு புது சமூகத்தை உருவாக்குவதாகும். நான் அவர்களுக்குப் புதிய பெயர்சூட்டி, சடங்குகள் நடத்தி, மதமாற்றம் செய்யவில்லை. தங்களையே சார்ந்திருத்தல், பிறர் வேலையில் பங்கேற்றல், கல்வி, சுயநல மின்றிச் சமூகத்திற்காக உழைத்தல் போன்றவற்றையே கற்பித்தேன். இது அத்தனை சுலபம் ஒன்றுமல்ல. ஆனால் அதில்தானே சவால் நிறைந்திருக்கிறது.

இதில் மிகவும் கஷ்டமான விஷயம் அதிகாரம் பற்றி அவர் களுக்குப் பயிற்சி அளிப்பது. மற்றவர்கள் வளர்வதற்காக அதிகாரத் தைப் பயன்படுத்தல் – தங்களுக்கோ தங்கள் குடும்பத்துக்கோ நன்மை தேடுவதல்ல. எல்லோரும் ஒன்று சேர்ந்து உழைத்தல், கிராமத்தில் அனைவருக்கும் வேலை அளித்தல் போன்றவை வலியுறுத்தப்பட்டன. கூடையில் உள்ள நண்டுகள் எதுவும் மேலே ஏறிவிடாதபடி ஒன்றின் காலை மற்றொன்று பற்றி இழுத்து எல்லாமே பசியில் இறக்குமே, அதுபோல் ஆகிவிடக் கூடாது. சென்ற பத்து ஆண்டுகளாகச் சரியாக மழை இல்லை. அதனால்

விவசாயத்தினால் எந்தப் பயனும் இல்லை. அவர்களுக்கு எம்பி ராய்டரி பின்னுதல், சோப், வாசனைப் பொருட்கள் தயாரித்தல் போன்ற வீட்டுக்குத் தேவையானவற்றைச் செய்யக் கற்றுக் கொடுத்தோம்.

பெண்களின் கௌரவத்தைக் கவனத்தில் கொண்டு அவர் களுக்கு ஒருங்கிணைந்த வளர்ச்சியை ஏற்படுத்துவதே எங்கள் நோக்கம். வாழ்வு பற்றிய நிலையில், பெண்களுக்கு வருவாய் ஈட்டித் தரும் திட்டங்கள் தேவை. மரம் வளர்ப்பதாலோ, உதவித் தொகையாலோ அவர்களுக்குக் கொஞ்சம் பணம் கையில் கிடைக்கும்போது அவர்களுக்கு ஒரு அதிகாரம் கிடைத்து விடுகிறது, அவர்கள் கௌரவம் உயர்ந்து விடுகிறது.

இந்தப் பல்வகைப்பட்ட திட்டங்கள், பிரச்சனைகளுக்கிடையே – அவை எவ்வளவுதான் அலுப்பூட்டுவதாக, போராட வேண்டியதாக இருந்தாலும் – என் வாழ்வில் இன்னொரு ஜன்னல் திறக்கப்பட்டது.

நான் எழுதத் தொடங்கினேன்.

எழுத்துப் பணி

மதப் பணியில் ஈடுபட்டுள்ள ஒரு சிஸ்டர் நான். பெண்கள் முன்னேற்றத்துக்காக முழுநேரமும் உழைக்க வேண்டும் என்பதே எனக்கிட்ட பணி. எனக்கென்று நேரம் ஒதுக்க வழியில்லை. அறிக்கைகள் தயாரிப்பது, நிதி உதவி கோரிக் கடிதங்கள் எழுதுவது தவிர வேறு ஏதாவது எழுதுவது என்ற கேள்விக்கே இடமில்லை. எதையும் உன்னிப்பாகக் கவனிக்கவும் எழுதவும் எனக்கு ஒரு திறமையை இறைவன் அருளியிருக்கிறான் என்பது எனக்குத் தெரியும். ஆனால் ஆரம்பத்தில் எனது நேரத்தை எழுதுவதற்காகச் செலவிடவில்லை. ஏழைகளுக்காக, படிப்பறிவற்றவர்களுக்காக ஏதாவது செய்வதுதான், உட்கார்ந்து அவர்களைப் பற்றி எழுதுவதை விட மிக முக்கியமானது என்று உணர்ந்திருந்தேன்.

இந்நிலையில், வாழ்வில் புதிய சாதனைகள் புரியக் கதவொன்றைத் திறந்து வைத்தார் ஒருவர். அவர் ஒரு பாதிரியார், என் நண்பர், இங்கே அவ்வப்போது வருவார். ஒருநாள் அவர் என்னிடம், "எதற்காக இந்த அறிக்கைகளை எழுதிக் கொண்டி ருக்கிறாய்? யார் அவற்றைப் படிக்கப் போகிறார்கள்? கதைகள் ஏதாவது எழுதினால் நிறைய பேர் படிப்பார்களே!" என்றார். அப்படித்தான் இது ஆரம்பித்தது. அப்படித்தான் 'கிராஸ்மா ஏக் துங்ரி' (உயிர் வாழப் போராடு) என்ற குஜராத்திக் கதைகள் எழுதப்பட்டன.

இதுபற்றி இன்னும் கொஞ்சம் சொல்ல வேண்டும். இந்த நாட்களில் நான் என் ஆதிவாசிப் பெண்களுக்குச் சிறிது இலக்கிய மும் கற்றுக்கொடுக்கத் தொடங்கியிருந்தேன். அவர்கள் படிப்

பதற்கும் சின்னச் சின்னக் கதைகள் தேவைப்பட்டன. அவர்களுக்
காகத் தயாரிக்கப்பட்ட பாடப்புத்தகங்கள் அவர்களுக்குப் பிடிக்க
வில்லை. "இந்த இந்துமதக் கதைகள் எங்களுக்கு வேண்டாம்.
அவை எங்களுடைய கதைகள் போல் இல்லை" என்று அவர்கள்
குறைபட்டுக்கொண்டார்கள். அவர்கள் இயல்பாகவே காட்டுவாசிகள்.
குஜராத்தி அவர்கள் மொழி அல்ல, அவர்களுக்கென்று ஒரு
மொழி இருந்தது. அவர்கள், "எங்களுக்காகக் கதைகள் எழுதுங்கள்;
எந்த மாதிரிக் கதைகள் என்று உங்களுக்குத் தெரியுமே" என்றார்
கள் என்னிடம்.

எனக்குத் திகைப்பாயிருந்தது. ஒரு புத்தகமாக எழுதுமளவுக்கு
ஆதிவாசிப் பழங்கதைகள் எனக்கு நிறையத் தெரியாது.
ஆனால் இதைப் பற்றி யோசித்துக்கொண்டிருக்கும் போது ஓர்
எண்ணம் பிறந்தது – ஏன் பழைய காலத்துக்குப் போக வேண்டும்?
இவர்கள் வாழ்க்கையிலேயே எத்தனையோ அதிக சுவராஸ்ய
மான நிகழ்ச்சிகள் இருக்கிறதே. என்னிடம் ஒரு டைரி இருக்கிறது.
என்னைச் சுற்றி நடக்கும் சம்பவங்களைக் குறித்து வைத்துக்
கொள்வேன். அந்தக் குறிப்புகளே ஒரு பொக்கிஷம். எத்தனை
சம்பவங்கள், பாத்திரங்கள், சதித் திட்டங்கள், விவரணைகள்!
அவற்றுக்கு உருவமும் குரலும் கொடுப்பதற்காக ஒரு எழுத்
தாளரை அவை எதிர்பார்த்துக் காத்துக்கொண்டிருக்கின்றன.
'இதுதான் சரி. என் பெண்களுக்காக நானே எழுதுவேன். அவர்
களுடைய உருவங்கள் என் பக்கங்களில் நிறைந்திருக்கும்' என்று
எனக்குள்ளே சொல்லிக்கொண்டேன்.

சில வருடங்களுக்குப் பிறகு, எனது நண்பரும் குஜராத்தின்
மிகச்சிறந்த எழுத்தாளர்களில் ஒருவருமான மனுவாய் பஞ்சோலி
'தர்ஷி' மனம் திறந்து என்னிடம் கூறினார்: "குஜராத்தைச்
சேர்ந்த எழுத்தாளர்களாகிய நாங்கள் எவ்வளவோ விஷயங்கள்
பற்றி எழுதியிருக்கிறோம். ஆனால் ஆதிவாசிகளைப் பற்றி எழுத
வேண்டும் என்று யாருக்குமே தோன்றவில்லை. இலக்கியத்தில்
அவற்றுக்கு இடமில்லை, எங்களைவிடத் தாழ்ந்தவர்கள் அவர்கள்
என்று நினைத்து விட்டோம். ஆனால் தூரதேசத்திலிருந்து வந்த
ஒரு சகோதரி நாங்கள் செய்யத்துணியாத ஒரு செயலைச்
செய்துவிட்டீர்கள். ஆதிவாசிகளை இலக்கியத்துக்குள் கொண்டு
வந்து விட்டீர்கள். ஆதிவாசிப் பெண்கள் எங்கள் இலக்கியச்
சிந்தனையில் இடம்பெற்று விட்டார்கள். இதற்காக உங்களுக்கு
எவ்வளவோ நன்றி சொல்ல வேண்டும், மரிஜா" என்றார். சில
ஆண்டுகளுக்கு முன் குஜராத் சாகித்ய பரிஷத் தனது நூற்றாண்டு
விழாவைக் கொண்டாடும்போது, என் முதல் புத்தகமான 'கிராஸ்மா
ஏக் துஙரி'யை ஒரு பிரத்தேகப் பதிப்பாகத் தயாரித்து வெளியிட்டது –
குஜராத்தி இலக்கியத்தில் மிகச் சிறந்த நூறு புத்தகங்களுள்
ஒன்று இது என்ற குறிப்புடன்.

பாராட்டும் புகழும் பின்னால் வந்தன. அந்த முதல் புத்தகத்தை எழுதுவது என்பது எளிதாக இருக்கவில்லை. என்னுடன் இருந்த சிஸ்டர்கள் எழுதுவதற்கு எதிர்ப்புத் தெரிவித்தனர். இரவில்தான் எழுத நேரம் கிடைத்தது. ஆனால் அதிலும் சிரமம் இருந்தது. பல நேரங்களில் மின்சாரம் இராது. மண்ணெண்ணெய் விளக்கின் மங்கிய ஒளியில்தான் எழுதவேண்டும். பல தடவை நான் களைப் படைந்து விரக்திகொண்டேன். வேலைப்பளு வேறு அதிகமா யிருந்தது. என் கற்பனை இழைகள் அறுபட்டுப் போயின. ஆனால் நான் பிடிவாதமாக இருந்தேன். அது சிஸ்டர்களுக்கு மேலும் ஆத்திரத்தை மூட்டியது. 'என்னுடைய சுய திருப்தி'க்காக எழுது வதை (அப்படித்தான் அவர்கள் சொன்னார்கள்) ஊக்குவிக்கக் கூடாது என்றார்கள். என் மேலதிகாரிகள் இதில் தலையிட்டு என் எழுத்தைத் தடை செய்ய வேண்டும் என்றார்கள். எதை எழுதினாலும் அதை சென்சார் செய்ய வேண்டும் என்றார்கள்.

எழுத்தாளர்கள் எப்போதும் கத்தி முனையில்தான் நடக்க வேண்டியிருக்கிறது. நானும் அப்படித்தான். இப்போது, பல வருடங்களுக்குப் பிறகு, அதைப் பற்றி நினைக்கையில், நான் இப்படித்தான் வளர்க்கப்பட்டேன், இதைத்தான் செய்ய வேண்டும் என்பதை உணர்ந்துகொள்கிறேன். அடுத்தவர்களுக்காக உழைப்பதால் மட்டும் என் மனம் திருப்தி அடைவதில்லை. எனக்கென்று ஒரு பார்வை வேண்டும். எனது அனுபவங்களையே எழுதுகிறேன், கற்பனைகளை அல்ல. இந்த மக்களுடன் எனக்கு வாழ வேண்டியிருக்கிறது; அவர்களுக்கு என்ன நேர்கிறது என்பதைப் பார்க்க வேண்டியிருக்கிறது; அவர்களுக்காக இரக்கப்பட வேண்டி யிருக்கிறது. சிலசமயங்களில் அவர்களின் துயரங்கள், வலிகளின் ஆழத்தைப் பார்க்கும்போது என் உணர்ச்சிகள் என்னை மூழ்கடித்து விடுகின்றன. நான் உயிர்வாழ எழுதுவதுதான் ஒரே வழி. அவர் களோடு உள்ள உறவை அது இன்னும் நெருக்கமாக்குகிறது.

அத்துடன் நான் எழுதுவதை மக்கள் படிக்கிறார்கள்; என்னைப் பாராட்டுகிறார்கள் என்பதும் எனக்கு மிக்க மகிழ்ச்சியளிக்கிறது.

ஹிந்துத்துவவாதிகளின் எதிர்ப்பு

இந்தியக் கிராமத்தில் மத ஊழியம் செய்யும் சிஸ்டரின் வாழ்க்கை அவ்வளவு சுலபமானது அல்ல. மக்கள் ஏழ்மையில் தவிக்கிறார்கள். இத்தனை ஆண்டுகள் அவர்களுடன் பழகிய பின்னரும் என்னால் அதைப் புரிந்துகொள்ள முடியவில்லை. எதைச் சொன்னாலும் 'அது நமக்கு ஒத்து வராது' என்ற மனப் பான்மை, எதிலும் சந்தேகம் போன்றவை நேரத்தை விழுங்கிக் கொண்டிருந்தன. இதைவிடப் பெரிய கஷ்டங்களும் வரவிருந்தன. 1990இன் இறுதி நாட்களில் பெரும்பான்மையான கிறிஸ்தவர்கள

அனைவரும் வலதுசாரி இந்துக்களின் அமைப்பான ஆர்.எஸ்.எஸ், வி.எச்.பி, பஜ்ரங்தள் போன்றவற்றின் விரோதத்தை உணர முடிந்தது. எங்களைக் குறிவைத்துத் தாக்கினர்; திட்டினர், அடித்தனர். சிலர் கொலைசெய்யப்பட்டனர்.

அதற்கு அவர்கள் கூறிய காரணம்: 'பலவந்தமாக மதமாற்றம்.' உண்மையான காரணம், கிறிஸ்தியன் மிஷன் மூலமாக நாங்கள் மேற்கொள்ளும் செயல்பாடுகளால் ஏழை மக்கள் நிலை மேம் பட்டதும் அவர்களுக்கு உண்மையான கௌரவத்தைத் தந்ததுமே. இதை மதவெறியர்களான ஆர்எஸ்எஸ்காரர்களால் எப்படிப் பொறுத்துக்கொள்ள முடியும்!

1998ஆம் ஆண்டின் தொடக்கத்தில் பயங்கரவாதம் தலை விரித்தாடியது. மாநிலத்தின் பல்வேறு பகுதிகளில் தாக்குதல்கள் நடைபெற்றன. நான் பணிபுரியும் லூஸாடியாவில் பாதிரிமார்கள் கொலைவெறியுடன் தாக்கப்பட்டனர். பள்ளிக்கூடங்களும் சர்ச்சு களும் பாதிரிமார் இல்லங்களும் கட்டுக்கடங்காத மக்கள் கூட்டத் தால் அடித்து நொறுக்கப்பட்டன. குஜராத்தின் பிற இடங்களில் பைபிள் பிரதிகள் எரிக்கப்பட்டன; ஆதிவாசிக் கிறிஸ்தவர்கள் தாக்கப்பட்டனர். அதன் காரணமாக அவர்கள் வேறு இடங்களுக்கு ஓடிச்செல்ல வேண்டியதாயிற்று. குஜராத்தில் பிஜேபி அரசு மத மாற்றத் தடைச் சட்டம் கொண்டு வந்தது. இதன்படி கட்டாய மதமாற்றத்தில் ஈடுபடுவோர் சிறைத் தண்டனைக்கு உள்ளாகலாம். இது பொதுவாகக் கிறிஸ்தவர்களுக்கு எதிராக மட்டுமே ஏவப் பட்டது. ஆதிவாசிகள் இனிமேல் வனவாசிகள் என்று அழைக்கப் படுவார்கள் என்று பிஜேபி அரசு ஆணை பிறப்பித்தது. மதம் மாறிய ஆதிவாசிகளை மீண்டும் தாய் மதத்திற்கே அழைத்து வரும் முயற்சிகள் மேற்கொள்ளப்பட்டன. இதில் வேடிக்கை என்னவென்றால், ஆதிவாசிகள் இந்துக்களிலிருந்து மிகவும் வேறுபட்டவர்கள்; அவர்களுக்கு இந்து மதத்தின் அடிப்படைச் சமூக அமைப்பான சாதி என்பது என்னவென்றே தெரியாது.

ஒவ்வொரு காலத்திலும் ஒவ்வொரு நாட்டிலும் மதவெறி பிடித்தவர்கள் இருக்கத்தான் செய்தார்கள். தங்கள் சுய நோக்கத் திற்காக தங்களுக்கு எதிராக நின்றவர்களை அழித்துவிட முனைந் தார்கள். எங்களைப் போன்ற ஏசுபிரானின் வழியைப் பின்பற்று பவர்கள் துன்புறுத்தப்பட்டனர். காரணம், நாங்கள் ஒவ்வொரு மனிதனின் சுயமரியாதையை மதிப்பதும், ஏழைகளும் தாழ்த்தப் பட்டவர்களும் தங்கள் கௌரவத்தைக் காப்பாற்றிக்கொள் வதற்காகப் பாடுபடுவதுமே ஆகும். மலைவாழ் மக்கள் அனைவரும் ஒதுக்கியே வைக்கப்படுகின்றனர். அவர்களில் படித்தவர் இருக்கிறார் கள், இடஒதுக்கீடு இருக்கிறது, எனினும் அரசாங்கத்தில் நல்ல சம்பளத்தில் உயர் பதவி கிடைக்க வேண்டுமானால் லஞ்சம்

கொடுத்தால்தான் முடியும். அதிலும் கிறிஸ்தவர்கள் என்றால் இந்தக் கஷ்டம் இருமடங்காகிவிடும். ஆதிவாசிகளின் வனப்பகுதி கள் மரங்கள் வெட்டப்பட்டு வெட்ட வெளியாகிவிட்டது. வயல்கள் தரிசு நிலமாக மாறின. ஆதிவாசிகளும் நகர்ப்புறங்களுக்குக் குடிபெயர்ந்து கூலி வேலை செய்து பிழைக்கத் தொடங்கிவிட்டனர். வீடு கட்டுவது, பாலங்கள் அமைப்பது போன்ற வேலைகளில் கூலிகளாக உழைத்தனர். இந்தியாவிலுள்ள 50 மில்லியன் ஆதிவாசி களும் வறுமைக் கோட்டுக்குக் கீழ்தான் வாழ்கிறார்கள் என்பதே அவர்களுக்கு இழைக்கப்படும் அநீதிக்கு ஒரு சான்றாகும்.

பணி இடத்திலும் பிற இடங்களிலும் உள்ள உறவு

ஆதிவாசிப் பெண்களுக்கும் எனக்குமுள்ள உறவைப் பற்றிச் சொல்ல வேண்டும். நானும் பெண் என்பதால் அவர்கள் என்னை நன்கு கவனித்துக்கொண்டனர். அவர்களின் ஏழ்மை நிலைமை யிலும் சிரம தசையிலும் எனக்கு நல்ல உணவு கிடைத்தது. சிரமங்களைப் பொறுத்துக்கொள்வதையும் அதிலிருந்து மீண்டு வருவதையும் வியப்புடன் பார்த்திருக்கிறேன். வாழ்க்கையில் பல சமயங்களில் தோல்வியால் தைரியம் இழந்த பொழுதெல்லாம் அவர்களே எனக்கு ஊக்குவிக்கும் சக்தியாக விளங்கினர்.

நாங்கள் ஒன்றாகக் கூடித் திறமைகளை வளர்த்துக் கொள்வது பற்றியும் நம்மைச் சுற்றியுள்ள உலகத்தைப் புரிந்து கொள்வது பற்றியும் பேசி விவாதிப்போம். பொருளாதார ரீதியில் சுய தேவை யைப் பூர்த்தி செய்வதிலும் தன்னம்பிக்கையிலும் அவர்கள் முன்னேறிவிட்டனர். ஒருவருடைய வெற்றி அடுத்தவருக்கு ஊக்கத்தை அளித்தது. வேறு திசைகளிலும் தங்கள் திறமைகளைக் காட்டத் தொடங்கினர். உதாரணமாக, லலிதாபென் எங்களை விட்டுப் பிரிந்து அவளது கிராமத்தில் இன்னொரு அமைப்பைத் தொடங்கினாள். இந்திராபென் இன்னொரு குழுவில் சேர்ந்து அதன் தலைவி ஆனாள். சாந்திபென் கிராமப் பஞ்சாயத்துத் தேர்தலில் போட்டியிட்டாள். தோற்றுவிட்டாலும் அவள் நம்பிக்கையை இழக்கவில்லை. இன்னொரு கிராமக் குழுவில் உறுப்பினர் ஆகிவிட்டாள். இவையெல்லாம் பொறுப்புகளை மெதுவாக ஏற்றுக் கொள்வதைக் காட்டுகின்றன. பெண்கள் ஒன்றுக்குப் பதில் வேறொன்றைத் தேர்ந்தெடுக்கப் பழகிவிட்டால் வாழும் பிரச்சனை யிலிருந்து தப்பிவிடுகிறார்கள். கௌரவமும் நம்பிக்கையும் வளர்ந்து விட்டதே அவர்களின் முன்னேற்றத்திற்கான முக்கிய அம்சம். வீட்டிலும் வெளியிலும் சம அந்தஸ்து கிடைக்கிறது. தங்களுக் கிடையேயும் வேலை செய்யும் இடங்களிலும் மரியாதை கிடைக் கிறது. சில ஆண்களுக்கு இயற்கையாகவே இந்த உறவில் ஒருவித கவலையும் பயமும் ஏற்பட்டிருந்தாலும், பெரும்பாலோர்

இந்தச் சமூக மாற்றத்தில் தங்கள் பெண்களோடு இணைந்து கொண்டனர்.

பொதுவாக, சாதனைகள் அல்ல, இந்த உறவுகள்தான் என்னை மாற்றிவிட்டன. அதிர்ஷ்டவசமாக எனக்கு நிறைய நண்பர்கள் கிடைத்திருந்தனர். வலிமைமிக்க ஆதரவாளர்கள். நட்பே எனது தன்னம்பிக்கையை வளர்த்தது. வாழ்க்கையில் இது முக்கியமான ஒன்றல்லவா? ஆனால் ஸிஸ்டர்களுக்கிடையில் இந்த நிலை ஏற்படவில்லை. அவர்கள் வளர்ச்சியடையவில்லை. எனது பலமும் ஆதரவும் வெளியில் – எனது பெண்களிடமும் பல நிலைகளிலுள்ள ஆண்களிடமும் – இருந்துதான் கிடைத்தன என்பதைப் பல ஆண்டுகளுக்குப்பின் உணர்ந்துகொண்டேன். கான்வென்டின் அச்சத்திலிருந்து விடுதலை பெற்றபின்தான், பெண் என்ற நிலையிலும் சமூக சேவகி என்ற விதத்திலும் ஆக்கபூர்வமான பணிகளைச் செய்ய முடிந்தது – நண்பர்களின் நிபந்தனையற்ற அன்பினால்.

மிஷின் பணி என்பது சிக்கலானது, தனியாகப் பிரச்சனைகளை எதிர்கொள்ள முடியாது – சிஸ்டர்களின் உதவிகள் கிடைத்தாலும், சமய ஊழியம் செய்யும் ஒரு பெண்ணுக்கு அவளை நன்கு புரிந்துகொண்ட ஒரு ஆண் நண்பரின் துணை வேண்டும். அவளது வளர்ச்சிக்கும் தன்னம்பிக்கைக்கும் அது உதவியாயிருக்கும்.

அவளுடைய தன்னம்பிக்கையை உள்வாங்க உதவும் இந்தப் பணிக்குப் பலவித திறமைகள் தேவைப்படுகின்றன. குழுப்பணி மேற்கொள்ளுதல், பருவ வளர்ச்சி போன்ற பல்வேறு மன நிலைகளைச் சமாளித்தல். பொதுவாக இதைப் பெரிதாக எடுத்துக் கொள்வதில்லை. உதாரணமாக, இங்கே மத ஊழியத்தில் ஈடு பட்டுள்ள ஒருவர் போராடும் குணமுள்ளவராகக் கருதப்படுவதில்லை. இந்த உலக பந்தங்களைத் துறந்தவராகவே கருதப்படுகிறார். இது கபட நாடகத்துக்கும் தவறான வழிக்கும் இடம் தரும். இதற்கு மாற்று வழி கண்டாக வேண்டும்.

என்னைப் பொறுத்தவரை அதிர்ஷ்டவசமாக எனக்குச் சில நல்ல நண்பர்கள் – ஆண்களும் பெண்களும் – கிடைத் திருக்கிறார்கள். ஒவ்வொருவருக்கும் ஒவ்வொரு பின்னணி உண்டு. என்னை முழுதாக நம்புபவர்களுடைய உதவியை எப்போதும் எதிர்பார்க்கலாம். அவர்கள் வழிகாட்டலில் செல்லலாம். இவர்களில் பாதிரிகள் உண்டு, கன்னியாஸ்திரீகள் உண்டு, திருமண மானவர்கள் உண்டு, வேறு மதத்தினரும் இருக்கிறார்கள். பேசும் போதும் அடுத்தப் பணிக்காகத் திட்டங்கள் வகுக்கும்போதும் ஒருவரையொருவர் புரிந்துகொள்கிறோம். அனைவரும் தேவ ஊழியத்தில் பங்குதாரர்கள். ஒருவர் பணியை அடுத்தவர் செய்து முடிக்கிறார். வாழ்வில் இது ஒரு முக்கிய அம்சம் என்று நினைக்க விரும்புகிறேன்.

கடவுளின் இருப்புப் பற்றிய எனது கருத்தும் நாளடைவில் மாற்றம் பெற்றிருக்கிறது. என்னைப் பொறுத்த அளவில் கடவுள் வானத்தில் இருந்துகொண்டு நாம் அவர் அருளை வேண்டும் போது நம்மிடம் வருபவர் அல்ல. சிலைகளும் நினைவுச் சின்னங் களும் கொண்ட அமைதியான தேவாலயங்களில் இருப்பவர் அல்ல. இங்கே இப்போதே இருக்கிறார். இந்தக் கொளுத்தும் வெயிலிலும் தூசியிலும் இருக்கிறார். தமது ஆவியில் என்னை வழிநடத்துகிறார். இரட்சிக்கிறார். என் ஆதர்ச உருவமான ஏசுவின் உருவில் என்னுடன் துணை வருகிறார். கடவுள் நான் தினசரி வேலையிலும் சந்திப்பிலும் காணும் என் ஏழை மக்களிடம் வசிக்கிறார்.

எனவேதான் அவர் தன்னை அஞ்சுகிறவர்கள், தனது ஆவியைக் கேட்பவர்கள் மனதில் அமர்கிறார். கவி தாகூரின் ஒரு பாடல் எப்போதும் என் மனதில் எதிரொலித்துக்கொண்டே இருக்கும்.

> உன் கண்களைத் திறந்து பார்
> உன் இறைவன் கோயிலில் இல்லை
> நிலத்தை உழும் குடியானவரிடம் இருக்கிறான்
> கல்லுடைக்கும் தொழிலாளியிடம் இருக்கிறான்
> அங்கே களைத்து தூசி மூட உறைந்திருக்கிறான்.

இந்தியாவுக்கும் அதன் மக்களுக்கும் நான் நன்றி சொல்ல வேண்டும். கடவுள் இயற்கையில் அல்ல, மக்களிடையே இருக்கிறார் என்று எனக்கு உணர்த்தியதற்காக. இந்தியச் சமூகத்தில் அநீதி இழைக்கப்பட்டவர்களுக்கு உதவும் ஒரு சிஸ்டராக என்னை மாற்றியதற்காக. வயல்களிலும் குடிசைகளிலும் சேரிகளிலும் சாலை ஓரங்களிலும் கடவுளை நேருக்கு நேர் சந்திக்கிறேன். கடவுளுக்கும் எனக்குமுள்ள உறவில் நான் அவளுடன் – ஆம், எனது கடவுள் ஒரு பெண்தான், ஒரு பெண்ணால்தான் என்னைப் போல் ஒரு பெண்ணைப் புரிந்துகொள்ள முடியும் – என் மகிழ்ச்சி யைப் பகிர்ந்துகொள்கிறேன். என் வலியைப் பகிர்ந்துகொள்கிறேன். இந்த மாதிரி உணர்வுகளை நான் நேசிக்கிறேன். இதை ஆதிவாசிப் பெண்களுடன் பகிர்ந்துகொள்ள முடியாது. எனக்கு நிபந்தனை யற்ற அன்பு வேண்டும். இது என் பிரார்த்தனையின்போது கிடைக்கிறது. என்னை இங்கேயே இருக்கச் செய்கிறது.

நான் ஏன் இந்தியாவிலேயே வசிக்கிறேன்?

எனது வாழ்நாளின் பெரும்பகுதியும் இந்தியாவின் மேற்குப் பகுதியில் பாலைவனத்தைத் தொட்டு – குஜராத்தில் – கழிந்து விட்டது. ஏதோ சாதித்துவிட்டேன். சாதித்த திருப்தியும் இருக்கிறது. நான் எதையும் கொடுக்கவில்லை. பெற்றுக் கொண்டேன். ஒரு நதி அதிலுள்ள கற்களை உருவாக்குவது போல, கடல்

அதன் கரைகளையும் மணலையும் சிப்பிகளையும் உருவாக்குவது போல இந்தியா என்னை உருவாக்கியிருக்கிறது.

இதனாலேயே இந்தியாவில் நான் வாழ்ந்ததை ஒரு பரிசாக நினைத்துக்கொள்கிறேன். இத்தனை நாட்களில் எனக்குப் பல விஷயங்களில் தீர்மானமான முடிவு எடுக்க வேண்டியிருந்தது. போதம் நிறைந்த திட்டங்களும் போதமற்ற செயல்களும், பெரிய பிரச்சனைகளும் அற்பக் குழப்பங்களும் – எல்லாம் கொடுத்து வாங்கல் போல. இந்தியா எனக்கு இயற்கைக்கு மீள வழிகாட்டியது. என்னை அறிந்துகொள்ள உதவியது. ஒவ்வொரு இரவும் நான் கறுத்த வானத்தின் மௌன நட்சத்திரங்களை எண்ணிக்கொண் டிருப்பேன். பறவைகளின் இன்னிசையுடன் காலை புலரும். உற்சாகத்துடன் சூரியனை வரவேற்பேன். பகலில் தகிக்கும் சூரியனிடமிருந்து என் முகத்தை மூடிக்கொள்வேன், கொடுங் காற்றிலிருந்து உடம்பை மறைத்துக்கொள்வேன் – கபர்காந்தா விலுள்ள என் பெண்களைப் போல. ஆம், நான் அதிகமான நேரத்தை இயற்கையுடன் தனிமையில் கழித்திருக்கிறேன்.

இந்தியாவில் வசிப்பது அப்படியொன்றும் சுலபமல்ல. சுலபம் என்று பொய் சொல்லக் கூடாது. இங்கே வசிப்பது ஒரு சொர்க்க வாசம் என்று அளக்கக் கூடாது. வயதாகும்தோறும் இருபது ஆண்டுகளுக்கு முன் நான் ரசித்த, ஜோக் அடித்த விஷயங்கள் எல்லாம் இப்போது வெறுத்து ஒதுக்குகிறது.

அப்படியானால் ஏன் நான் இன்னும் இந்தியாவில் வசித்துக் கொண்டிருக்கிறேன்? விடை சுலபமானது. ஏனெனில், இங்கு தான் நான் நானானேன். இங்குதான் என் இதயத்தைக் கண் டெடுத்தேன்.

ஒரு நல்ல ஆளாக என்னைக் கண்டுகொண்டது இங்கே தான். என்னையே அறிந்துகொண்ட ஆள். ஒரே சமயத்தில் ஐரோப்பாவையும் இந்தியாவையும் சொந்தம் கொண்டாடி நிறைய சம்பாதித்துக்கொண்டேன். இந்தியச் சூரியனால் கறுப்படைந்து, இந்தியக் காற்று மழையால் உடல் மெலிந்து, சந்தேகத்தாலும் தவறான புரிதலாலும் மனம் வாடியவள். ஆனால் அதே சமயம் இந்திய ஆண், பெண், குழந்தைகளால் ஆராதிக்கப்பட்டவள். அன்பு, பொறாமை, மறுப்பு, வரவேற்பு, சுதந்திரம், வேதனை, குதூகலம், வேட்கை, பயம், நம்பிக்கை – எல்லாவற்றையும் அனுபவித்தவள். நான் கொடுமையானவள், அதே சமயம் பூவினும் மெல்லியவள். ஓடையில் கிடக்கும் ஒரு சூழங்கல்லாக இருக்கலாம். ஆனால் எனக்கொரு எடை உண்டு, மென்மை உண்டு.

இங்கேதான் என் இதயம் இருக்கிறது. என் இதயம் இருக்கும் இடமே என் வீடு. எந்த ஏக்கத்திலும் என்னை அரவணைத்துப் பாதுகாத்த இடம்.

சில ஆண்டுகளுக்கு முன் இந்தக் கவிதையைப் படித்தேன். அதன் எளிய வரிகளில் புதைந்து கிடக்கும் ஆழ்ந்த ஞானத்தை அடிக்கடி நினைத்துப் பார்ப்பேன். ஒருவிதத்தில் அந்த வரிகள் நான் எதை விரும்பி வாழ்க்கையில் செயல்படுத்த விரும்பினேனோ அதையே உருவகப்படுத்துவதாகத் தோன்றுகிறது.

மக்களிடம் போ
அவர்களுடன் வசி
அவர்களிடமிருந்து கற்றுக்கொள்
அவர்களை நேசி
அவர்களுக்காகப் பாடுபடு
அவர்களுடன் சேர்ந்து திட்டமிடு
அவர்கள் அறிந்தவற்றைக் கொண்டு தொடங்கு
அவர்களிடம் இருப்பதைக் கொண்டு கட்டு
தங்கள் திட்டம் நிறைவேறி
வேலை முடிவுற்றதும்
அவர்களைப் பற்றி
மக்கள் சொல்வார்கள் –
"எல்லாவற்றையும் நாங்களே
செய்து முடித்தோம்."

மரிஜா ஸ்ரெஸ்
மே 4, 2007

ෂ ෂ

பொற்காலமும் பிரளயமும்

ரொம்ப நாட்களுக்கு முன்னால் நடந்த கதை இது. எவ்வளவு நாட்களுக்கு முன் என்று இப்போது யாருக்குமே நினைவில்லை. காடுகள் முழுக்க கரடி, ஓநாய், சிங்கம், புலி, நரி, சிறுத்தை, காட்டுப்பன்றி என்று நிறைய மிருகங்கள் வசித்தன. அவை காட்டு மிருகங்கள், உணவுக்காக ஒன்றையொன்று அடித்துக் கொன்று தின்றன என்றாலும், விளையாட்டுக்காக எந்த மிருகத் தையும் கொல்வதில்லை. பூமியில் முதல் மனிதர்களான ஆதிவாசிகளும் அங்குதான் வசித்து வந்தனர். அவர்கள் இயற்கையுடனும் மிருகங்கள், பறவைகள், மரங்கள் போன்ற வற்றுடன் இணைந்து வாழ்ந்தனர். விஷ நாகங்கள்கூட அவர்களைத் தீண்டுவதில்லை, பதுங்கி ஓடி மறைந்து விடும். யாவும் ஒற்றுமையாக வாழ்ந்து வந்த பொற்காலம் அது.

சுற்றிலும் குளிர்ந்த தெளிவான நீருடன் ஓடைகள் ஓடிக்கொண்டிருந்தன. குட்டைகளும் நீர்ச் சுனைகளும் இருந்தன. மிருகங்களுக்கும் ஆதிவாசிகளுக்கும் குடிப் பதற்கும் குளிப்பதற்கும் அந்த இடங்கள் வசதியாக இருந்தன. அது தேனும் பாலும் ஓடிய செழிப்பான இடம். சபர்காந்தாவின் காடு அது.

ஆதிவாசிகளுக்குக் கடுமையாக வேலை செய்ய வேண்டியிருக்கவில்லை. வாழ்க்கையை அனுபவித்து வாழ்ந்தனர். பயிரிடவும் அதிகமாக உழைக்க வேண்டிய தில்லை. மண்வெட்டியாலோ கையாலோ கொஞ்சம் தோண்டினால் போதும். நல்ல விளைச்சல் உண்டாகும். பழவகைகள் நிறையக் கிடைக்கும். சமைக்க வேண்டாம். பச்சையாகவே சாப்பிட்டுவிடலாம். இலைகளில் மறைந்த கனிகள் அவர்கள் மடியிலேயே வந்து விழும். நாள் முழுக்க ஒன்றாகச் சேர்ந்து விளையாடலாம். இங்கே

இப்போது குழந்தைகள் விளையாடும் கில்லி தண்டா, கண்ணா மூச்சி போன்ற விளையாட்டுக்கள் அங்கே நிறைய இருந்தன. வெயிலையும் நிழலையும் அவர்கள் மகிழ்ச்சியுடன் அனுபவித் தார்கள். நான்றாகச் சாப்பிட்டு நன்றாகத் தூங்கினார்கள். இந்தப் பகுதியில் இரவில் அதிக உஷ்ணம் இராது. குளிர்ந்த காற்று வீசிக்கொண்டிருக்கும். இந்த இயற்கைச் சூழலில் ஆதிவாசி ஆண்களும் பெண்களும் காதல் வயப்பட்டு ஒருவரையொருவர் கூடி மகிழ்ந்தனர்.

காமமும் காதலும் உந்த தங்களை வாட்டும் வேட்கையைத் தணிக்க, பெண்கள் தங்கள் மென்மையான உடல்களை முழு மனதுடன், ஆண்களிடம் ஒப்படைத்தனர். ஆண்கள் மிகுந்த வேகத்துடனும் ஆண்மையுடனும் அவ்வுடல்களை ஆக்ரமித்தனர். அந்த ஆதிவாசிகளைப் போல எந்த உழவனும் தன் நிலத்தை அவ்வளவு ஆழமாக ஆவலுடன் உழுததில்லை. ஆகவே, ஒவ்வொரு பத்து மாதத்திலும் ஒரு குழந்தை அங்கே பிறந்து விடும். அப்போது அந்தக் குடும்பத்தில் மகிழ்ச்சி தாண்டவமாடும். அவர்களுக்கு எந்தக் கவலையும் கிடையாது. எல்லாம் செழிப்பாக இருந்தது. குடும்பக் கட்டுப்பாடு என்ற பேச்சே தோன்றாத நாட்கள் அவை.

அந்தக் கிராமத்தைச் சூழ்ந்திருந்த அரச மரங்களில் நிறைய பூதங்கள் வசித்து வந்தன. அவை அந்தக் கிராமவாசிகளை அக்கறையுடன் கவனித்துக் கொண்டிருந்தன. பூதங்களுக்கு அரச மரங்கள்தான் வசிப்பிடம். வெள்ளி நிலவு பொழியும் பௌர்ணமி இரவுகளில் எல்லா பூதங்களும் பள்ளத்தாக்கிலிருந்த மிக உயரமான அரச மரத்தின் கிளைகளிலோ, பள்ளத்தாக்கின் நடுவிலோ ஒன்றுகூடிக் பேசிக்கொண்டிருக்கும். தங்கள் பொறுப் பிலுள்ள ஆதிவாசியைப் பற்றிப் பேசும். பூதங்கள்தான் ஆதிவாசி களைப் பொறுப்புடன் கவனித்துக் கொள்கின்றன. அவை ஆதிவாசிகளைத் துன்புறுத்துவதில்லை, அவர்களுக்கு எந்தக் கெடுதலும் செய்வதில்லை. எல்லோருக்கும் தெரிந்த விஷயம் இது.

மழைக்காலம் வந்தபோது பூதங்கள் ஆதிவாசிப் பகுதியான லுசாதியாவில் உள்ள ஒரு குன்றில் கூடித் தங்கள் கவலை களைப் பகிர்ந்துகொண்டன. ஆதிவாசிகளின் எண்ணிக்கை அதிகரித்துக்கொண்டு வருகின்றது. பூதங்களின் எண்ணிக்கையை விட அவர்களின் எண்ணிக்கை அதிகரித்துவிடும். அப்போது ஒவ்வொரு ஆதிவாசிக்கும் காவலாக ஒரு பூதம் என்ற நிலை மாறிவிடும். அத்துடன் காட்டில் அவர்களுக்கு உணவுப் பற்றாக் குறையும் ஏற்படும். துங்ரி கராஸியாவில் மக்கள் தொகை அதிகரித்துவிடும்.

                                          மரிஜா ஸ்ரெஸ்

பூதங்களுக்கு முதலில் தோன்றிய எண்ணம், அந்த மக்களிடம் போய் இனி பிள்ளைகள் பெறுவதைக் குறைத்துக் கொள்ளுங்கள் என்று சொல்ல வேண்டும் என்பதுதான். ஆனால் அவைகளுக்குத் தான் நன்றாகத் தெரியுமே, ஆதிவாசிகள் இந்த உபதேசத்தை நிச்சயம் செவிகொடுத்துக் கேட்கமாட்டார்கள் என்பது. எவ்வளவு சந்தோஷமாகக் கவலையற்று இருக்கிறார்கள் அவர்கள். அவர் களா கேட்கப் போகிறார்கள்? பூதங்களுக்கு இன்னாரு ஐடியா தோன்றியது. ஒரு பெரிய கொள்ளை நோயை அந்தக் கிராமத்தில் பரப்பிவிட்டால் என்ன? நிறைய ஆதிவாசிகள் செத்துப் போவார்களே. ஆனால் தங்கள் ஆதரவில் இருக்கும் ஆதிவாசி மக்களைக் கொல்வதற்கு அவர்கள் மனம் இணங்கவில்லை.

அது மழைக்காலம். ஒவ்வொரு இரவும் மழை கொட்டித் தீர்த்தது. ஓடைகளில் வெள்ளம் நிரம்பி ஆறுபோல் ஓடியது. ஆறுகளிலோ பெருவெள்ளம். ஆதிவாசிகளின் கிராமத்திலுள்ள வயல்கள் யாவும் நீரில் மூழ்கிவிட்டன. வற்றிக் கிடந்த குளம் பெருகி ஊருக்குள் நீர் புகுந்ததில் நிறைய ஆண்களும் பெண்களும் தண்ணீரில் மூழ்கி உயிரிழந்தனர். மழையோ விடாமல் பெய்து கொண்டிருந்தது. கருமேகங்கள் ஒன்று திரண்டு வானத்தை மறைத்ததில் அவை ஊரையே அழுத்துவதுபோல் தோன்றியது. பள்ளத்தாக்கின் அடியில் இருந்த வீடுகளுக்குள் நீர் புகுந்து விட்டது. அவர்கள் உதவிக்காக அலறினர். உறவும் பந்தமும் விட்டுப்போவிட்டது. ஒவ்வொருவருக்கும் தங்கள் உயிரைக் காப்பாற்றிக்கொள்ளத் துடித்தனர். ஒரே குடும்பத்தைச் சேர்ந்த வர்கள்கூட உடன்பிறப்புகளைக் கவனிக்காமல் தங்கள் உயிரையே காப்பாற்றிக்கொள்ள முயன்றனர்.

இவ்வளவு நாள் வரை ஆதிவாசிகள் கவலையில்லாமல் வாழ்ந்தனர். அன்றைய பாடுதான் அவர்களுக்கு முக்கியம். நாளையைப் பற்றிய கவலை இல்லை. இப்பொழுதுள்ள நிலையில் உண்ண உணவில்லை, குடிக்க நல்ல தண்ணீர் இல்லை. உடலைக் கிடத்த உலர்ந்த தரை இல்லை. பகல் பொழுதை ஈரத்திலும் சகதியிலும் கழித்தனர். இரவு பாடு அதைவிட மோசம். என்ன நடக்கிறது, ஏன் நடக்கிறது என்று புரியாமல் ஆதிவாசிகள் குழப்பத்திலும் சோகத்திலும் ஆழ்ந்தனர். வீட்டைவிட்டு வெளியே வரமுடியவில்லை. வந்தாலும் எங்கே போவது? கிராமங்களுக் கிடையேயுள்ள பாதை முற்றிலும் மூழ்கிவிட்டது. உயிரை விடத் துணிந்தவன்தான் வீட்டைவிட்டு வெளியெ கால்வைக்க முடியும். காய்கறிகள் மிதக்கும் காவிநிற ஆற்றுவெள்ளம் இப்போது குடிசைகளையும் ஒன்றன்பின் ஒன்றாக அடித்துச் செல்லத் தொடங்கிற்று. தப்பிப் பிழைத்த ஒரிருவரும் என்ன செய்வ தென்று அறியாது திக்பிரமை பிடித்தவர்போலிருந்தனர். விடாது பெய்த மழையில் மலையின் ஒரு பகுதியே இடிந்து விழுந்து

விட்டது. பாறைகளும் மரங்களும் நீருக்குள் மறைந்து வெகுதூரம் இழுத்துச் செல்லப்பட்டன.

பாஞ்சால் கிராமத்தைச் சேர்ந்த ஒரு கவா (இளைஞன்) தனது குடும்பத்தினரும் நண்பர்களும் ஆற்றில் மூழ்குவதைப் பார்த்துக்கொண்டேயிருந்தான். செய்வதென்னவென்று அறியாமல் திகைத்த அவன் ஒரு பெரிய படகுபோல் நீரில் மிதந்துசெல்லும் பெரிய ஆலமரத்தைப் பற்றிக்கொண்டு அதில் ஏறி மெதுவாக நகர்ந்து அதன் கிளைகளைப் பற்றிக்கொண்டான். உயிர் பிழைத்த மகிழ்ச்சியில் சுற்றுமுற்றும் பார்த்தபோது யாரையுமே காணவில்லை. தான் ஒருவன்தான் தப்பிப் பிழைத்தவன்.

இன்று குஜராத்துக்கும் ராஜஸ்தானுக்கும் நடுவே ஒரு எல்லைக்கோடு இருக்கிறதே, அதன் பக்கத்திலும் ஒரு கவி (இளம் பெண்) கிட்டத்தட்ட இதே போன்ற ஒரு காரியத்தைச் செய்தாள். வெள்ளத்தில் மிதந்து வந்த மகுட மரத்தின் அடிப் பகுதியைப் பற்றிக்கொண்டு அவள் உயிர் பிழைத்தாள். வெள்ளத் தின் அளவு உயர்ந்துகொண்டே வருகிறது. பாறைகளின் உச்சி மட்டும்தான் வெள்ளத்துக்கு மேலே தெரிகிறது. இப்போது ஷம்லாஜி பாறை இருக்கிறதே அந்த இடத்துக்குக் கவி பற்றி யிருந்த மரம் சுழலும் நீரோட்டத்தில் அடித்துவரப்பட்டது. ஒரு பெரிய அலை மரத்தில் மோதி அதை அலக்காகத் தூக்கி எறிந்தது. இப்போது பாய்பெஹன் நி டெரி என்ற நினைவுச் சின்னம் அமைக்கப்பட்டுள்ள பாறையில் போய் அவள் விழுந் தாள். களைப்பின் காரணமாக அவள் அந்தப் பாறையில் கிடந்ததும் அயர்ந்து தூங்கிவிட்டாள்.

எவ்வளவு நேரம் உறங்கினோம் என்று அவளுக்கே தெரியாது. கண்ணை விழித்ததும் அவளைச் சுற்றி இருள் சற்றுக் குறைந்திருப்பதையும் தரை சற்று உலரத்தொடங்கி யிருப்பதையும் பார்த்தாள். அது இரவா பகலா காலையா மாலையா என்று யோசித்தாள். மூடுபனி கவிழ்ந்திருந்ததால் அவளால் கண்டுபிடிக்க முடியவில்லை. அந்த இருளிலும் ஏதோ கறுப்பாக ஒன்று பாறையை நோக்கி வருவதைக் கண்டாள். அது ஒரு படகு போலிருந்தது. கடைசியில் அவள் கண்ணெதிரி லேயே அலைகள் அதைத் தூக்கி அவளருகே வீசின. என்ன வென்று அறிவதற்காக அதனருகே வந்து பார்த்தாள். அது ஒரு மனிதனின் உடல்.

ஆடையற்ற அவனது உடலைப் பார்த்துக்கொண்டிருக்கும் போதே அவன் கண்களைத் திறந்து, "நான் எங்கேயிருக்கிறேன்?" என்றான்.

கவி பதில் சொல்லாமல் மௌனமாக உட்கார்ந்திருந்தாள்.

"யார் நீ? நான் எங்கேயிருக்கிறேன்?" என்று கத்தினான் அந்த இளைஞன்.

"ஒரு பாறையில் இருக்கிறோம்" என்றாள் கவி. "வெள்ளத் திலிருந்து நாம் தப்பிப் பிழைத்துவிட்டோம். பிழைத்தவர்கள் நாம் மட்டும்தான் என்று நினைக்கிறேன்." அவளுக்குக் குளிரைத் தாங்கமுடியவில்லை. நனைந்திருந்தாள். பசி வேறு. அதனால் அவளால் மேற்கொண்டு பேசுவதற்கு முடியவில்லை. அப்போது இன்னொரு கரிய வஸ்து ஆற்றிலிருந்து வீசப்பட்டு அவள் மடியில் விழுந்தது. அவளுக்கு ஒரே மகிழ்ச்சி. ஒரு மீன் காற்றுக் காக வாயைத் திறந்து மூடிக்கொண்டிருந்தது. வானத்திலிருந்து கிடைத்த பரிசு எனக் கவி நினைத்தாள். ஒரே பசி. மீனின் மிருதுவான சதைப் பகுதியிலிருந்து ஒரு துண்டைப் பிடுங்கி அவனிடம் கொடுத்தாள்.

"நான் கவி" என்றாள் அவள் சற்று வெட்கத்துடன்.

"நான் கவா" என்றான் அவன். மீனின் சதை அவன் வாயை மூடியிருந்தது.

இந்த உணவுதான் அவர்களைச் சேர்த்து வைத்தது. தங்கள் நிர்வாண உடல்களைச் சற்றுக் கூச்சத்துடனேயே அவர்கள் பார்த்துக்கொண்டனர். அப்படிப் பார்ப்பதும் அவர்களுக்குப் பிடித்திருந்தது. அந்தப் பாறையில் அவ்வாறு தனித்திருக்கும் போது தங்களுக்குள்ளே ஒரு தெய்வீக சக்தி தோன்றுவதை உணர்ந்தனர். எல்லாவற்றிலும் ஊடுருவி எல்லாவற்றுக்கும் அளித்தருளும் குத்ரத் என்ற இயற்கைச் சக்தியின் குழந்தைகள் அவர்கள். கடவுள் அங்கே இருப்பதை உணர்ந்தனர். உண்மை யிலேயே கடவுளின் உறைவிடம்தான் அது. தேவாலயம். இரவில், காற்று ஊளையிட்டுச் சுழன்றடித்தபோது, கவி இயல்பாகவே கவாவின் பக்கத்தில் வந்து அவன் கைகளின் அரவணைப்பில் புகுந்துகொண்டாள். அவன் பிடியில் இருக்கும்போது அவனுள் அவள் குறித்த ஆசை எழும்புவதை உணர்ந்தாள். மீண்டும் அவனை ஏற்றுக் கொண்டாள். இவ்வாறு ஒருவர் அணைப்பில் ஒருவராக இரவு கழிந்தது.

அந்த இரவில்தான் குத்ரத் நிஜமாகவே அங்கு இருப்பதை உணர்ந்தனர்.

நள்ளிரவில் அங்கு திடீரென அமைதி நிலவியது. இரண்டு வெள்ளை உருவங்கள் அவர்கள் முன் தோன்றின. அவற்றின் முகங்கள் தெரியவில்லை. முதல் உருவம் கூறியது: "நான்தான் உங்களுக்கும் உங்கள் குடும்பத்தினருக்கும் நன்கு அறிமுகமான குத்ரத்தின் மறுபக்கம். கரியவனான என்னை தேவா என்று அழைப்பார்கள். நீங்கள் நினைத்தது சரிதான் – இதுதான்

தேவாலயம். குத்ரத்தின் மறுபக்கமான நான்தான் பிரளயத்தை உண்டாக்கினேன். சுதந்திரம் என்பது தாங்கள் நினைப்பதை எல்லாம் செய்யலாம் என்று நினைத்ததால் அவர்களை அழித்து விட்டேன். அதனால்தான் பிரளயம் அவர்களை அழித்து விட்டது. குத்ராவின் விருப்பப்படி நீங்கள் மட்டும் உயிரோடு இருக்கிறீர்கள்."

அப்போது இரண்டாவது வெள்ளை உருவம் முன்னால் வந்தது. தேவா அதற்கு வணக்கம் கூறிவிட்டுத் தொடர்ந்தது. "குத்ராவின் இரு பக்கங்களுக்கும், அதாவது எங்களுக்கு, உங்கள் மேல் அன்பு இருக்கிறது. உங்களை நாங்கள் அழித்துவிட மாட்டோம் என்பதற்கு உத்தரவாதமாக உங்களுக்குப் புதிய பெயர்களைத் தர நினைக்கிறோம். கவி, இனிமேல் நீ ஸ்த்ரீ (பெண்) என்று அழைக்கப்படுவாய். கவா, புருஷன் (ஆண்) என்று அழைக்கப்படுவான்."

கவாவுக்கும் கவிக்கும் ஒரே ஆச்சரியம். அதேசமயம் தாங்கள் மிகவும் பாதுகாப்புடன் இருப்பதையும், சுற்றியுள்ள பூதங்களிலிருந்து தாங்களைக் காப்பாற்றுவதற்குக் கடவுள் அங்கே இருக்கிறார் என்பதையும் உணர்ந்துகொண்டனர்.

ஒ ஓ

கவாவும் கவியும்

பிரளயத்திலிருந்து தப்பிய கவாவும் கவியும் தங்கள் புதிய இடத்தைச் சுற்றிப் பார்க்கத் தொடங்கினர். நாட்கள் செல்லச் செல்லத் தாங்கள் இருவரும் ஒருவரை யொருவர் நெருங்கி வருவதை உணர்ந்தனர். ஆனால் குத்ராவின் தோழனான தேவா, 'இவர்களுடைய உறவைச் சற்றுக் குழப்பினால்தான் சரி. இருவரில் திறமையானவர் யார் என்று பார்ப்போம்' என்று நினைத்தான். கவா ஆண் என்பதால் அவனிடம் தேவாவுக்குச் சிறிது பாசம் இருந்தது. அதனால் அவர்களிடையே ஒரு ஓட்டப் பந்தயம் நடத்தலாம் என்று தீர்மானித்தான்.

கவி ஒரு துடிப்பான பெண். குறும்புக்காரி. கவாவைச் சுலபமாக ஜெயித்துவிடலாம் என்ற நம்பிக்கை அவளுக் கிருந்தது. அதுபோல் ஓட்டத்தில் அவள் கவாவுக்கு மிக முன்னாடியே ஓடிப் பந்தயத்தில் வெற்றிபெற்று விட்டாள்.

ஆனால் தேவா கவாவிடம் அவன் அந்தப் பெண்ணை விடச் சிறந்தவன் என்றும் தோல்வியடையக் கூடாது என்றும் சொல்லியிருந்தார். போட்டியில் இரண்டாவதாக வருவது கவியாகத்தான் இருக்க வேண்டும். வலிமையால், இல்லாவிட்டால் தந்திரத்தாலாவது வெற்றிபெற வேண்டும் என்றும் கூறியிருந்தான்.

என்ன செய்தென்று கவா இரவு முழுவதும் யோசித்த படி தூங்காமல் இருந்தான். திடீரெனத் தரையில் ஏதோ பளபளப்புடன் கிடப்பதைக் கண்டான். அதை எடுத்துப் பார்த்தான். இரண்டு அழகான வெள்ளைக் கம்மல்கள் அவன் கையில் பளபளத்தன. 'நல்லது, அவள் கவனத்தை இவை திருப்பிவிடும். அடுத்தப் பந்தயத்தில் வெற்றி எனக்குத்தான்' என்று தனக்குள் சொல்லிக்கொண்டான்.

அப்புறம் மகிழ்ச்சியுடன் நிம்மதியாகத் தூங்கினான். அந்தக் கம்மல்களை அங்கே வைத்தது தேவா என்பது அவனுக்குத் தெரியாது. கவியைத் தோற்கடிப்பதற்கான தேவாவின் திட்டத்தில் ஒரு பகுதி அது.

காலையில் கவியைப் பார்ப்பதற்குச் சென்றான் கவா. மீண்டும் ஒருதடவை ஓட்டப் பந்தயத்துக்குத் தயார் என்றான். ஓடுவதற்குத் தயாரானபோது கவா அந்தக் கம்மல்களைக் கவியில் முகத்தின் எதிரே காட்டியபடி, 'இதை அணிந்துகொண்டு ஓடுகிறாயா?' என்று கேட்டான். கவி மிகுந்த மகிழ்ச்சியுடன் அதை வாங்கி, காதில் அணிந்து கொள்ள முயன்றாள். பந்தயம் தொடங்கிவிட்டது. கவா வேகமாக ஓடத் தொடங்கினான். கவி அவசரமாகக் கம்மல்களை அணிந்துகொண்டு ஓடினாள். சிறிது நேரத்திலேயே கவாவை முந்திக்கொண்டு ஓடிப் பந்தயத்தில் ஜெயித்துவிட்டாள். கவாவுக்கு மீண்டும் தோல்விதான். ஆயினும் நம்பிக்கையை விடாமல் வேறொரு தந்திரம் மூலம் அவளை எப்படியாவது தோற்கடிக்க வேண்டுமென்று தீர்மானித்தான்.

அடுத்த நாள் பந்தயம் தொடங்குவதற்கு முன் கவா அவளுக்கு ஒரு மூக்குத்தியும் வளையல்களும் கொடுத்தான். கவிக்கு ஒரே சந்தோஷம். அவற்றை வாங்கி அணிந்துகொள்ளத் தொடங்கியபோது கவா ஓடத் தொடங்கினாள். நகைகள் அணிந்து கொள்ளச் சற்று நேரமாயிற்று. ஆயினும் என்ன? கவி திரும்பவும் அவனைத் தோற்கடித்துவிட்டாள்.

அன்று இரவின் முதல் பகுதியில் கவா கவியைத் தொடவே இல்லை. அவளைப் பந்தயத்தில் தோற்கடிப்பதைப் பற்றியே நினைத்துக்கொண்டிருந்தான். கவிக்குச் சற்றுக் கவலையாக இருந்தது. ஆனால் காலையில் கவா அவளுக்கு ஒரு அழகிய தங்க நெக்லஸ் தந்தபோது அவள் அதை வாங்கிப் பெருமையுடன் அணிந்துகொண்டாள். அவளுடைய கறுத்த மேனியில் அது பளிச்சிட்டது. கவலையற்றுச் சிரித்தாள். அத்துடன் அவன் அவளுக்குக் கொடுத்த மற்ற நகைகளையும் எடுத்து அணிந்து கொள்ளத் தொடங்கினாள். கண்ணாடியில் கவி தன்னை அழகுபார்த்துக்கொண்டிருக்கும்போதே அவன் ஓடத் தொடங்கி விட்டான். தேவா அவளிடம் அன்றைக்கும் பந்தய ஓட்டம் ஓடவேண்டும் என்று சொன்னதும் அவள் ஓடத் தொடங்கினாள். இருவரும் கிட்டத்தட்ட ஒரே சமயத்தில் வெற்றி முனையைத் தொட்டாலும் கவி ஒரு மயிரிழையில் அவனை முந்திவிட்டாள். கவி வெற்றிபெற்றுவிட்டாள் என்று முடிவாயிற்று.

பந்தயத்தின் கடைசி தினம் விடிந்தது. மீண்டும் கவிக்குப் புதிய நகைகள் நிறையக் கிடைத்தன. அவை மிகவும் அழகானவை.

    மரிஜா ஸ்ரெஸ்

அவற்றை அணிந்தபடி ஓடுவது அவள் வேகத்தை ஓரளவு குறைத்துவிடும் என்றாலும் அவளால் ஆசையைக் கட்டுப்படுத்த முடியவில்லை. வானத்துத் தேவதைகள் அவள் ஓடும் வேகத் தையும் அவள் அழகையும் கண்டு பொறாமைப்படுவதாகக் கவி நினைத்துக்கொண்டாள்.

"இந்த ஆபரணங்களை அணிந்துகொள்" என்றான் கவா அவளிடம். அவை மார்பில் அணியக் கூடியவை. தங்கத்தால் ஆனவை. பலவண்ணக் கற்கள் பதித்தவை. கவி அதை அணிந்து கொண்டிருக்கும்போது கவா குனிந்து அவள் காலில் தங்கத் தாலான சலங்கைகளை அணிவித்தான். அதில் சின்னச் சின்ன மணிகள் இருந்தன. அவள் காலை அசைக்கும்போது ஜல்ஜல் என ஒலித்தன. "ஐயோ இவை என்ன கனமாக இருக்கிறது" என்றாள். "அதனால் ஒன்றுமில்லை" என்றான் கவா. "நீ ஓடும்போது காற்றில் இந்த மணிகள் அசைந்து எவ்வளவு இனிமையாக ஒலிக்கும்." வேறு வழியில்லாமல் கவி அவற்றை அணிந்துகொண்டாள்.

அன்று கவி மிகவும் அழகாக ஜொலித்தாள். தேவா திட்டமிட்டபடி இந்த ஆபரணங்கள் அவள் வேகத்தைக் குறைத்துவிடும் என்று கவா நினைத்தான். 'அவளால் ஒரு மானைப் போல் ஓட முடியாது.'

பந்தயம் தொடங்கியது. அவர்களுடைய கடைசி ஓட்டம் அது. இதில் முந்தி வருபவர்தான் வெற்றி பெற்றதாக அறிவிக்கப் படும். கவி முன்னைப்போல் வேகமாக ஓடினாள். கவா அவளுக்குப் பின்னால்தான் ஓட முடிந்தது. ஆனால் வெயில் ஏற ஏறக் கவியின் ஆபரணங்களின் சுமை அவளை அழுத்தியது. கால்கள் முன்னைப்போல் ஓட மறுத்தன. அவள் களைத்துப் போய்விட்டாள். சில நொடிகளில் கவா அவளை முந்தி விட்டான். அவர்களுக்கிடையே தூரம் அதிகரித்தது. கவியால் அவனை நெருங்க முடியவில்லை. பந்தயத்தில் கவா ஜெயித்து விட்டான்.

"உன்னைத் தோற்கடித்துவிட்டேன்" என்றான் கவா பெருமையுடன். கவி தன் தோல்வியைப் புன்னகையுடன் ஒப்புக் கொண்டாள். இப்போது இருவரும் சேர்ந்து போகும் போது அவனுக்குச் சற்றுப் பின்னால்தான் அவள் நடந்தாள்.

அதன்பிறகு ஆண்கள் எல்லோரும் பெண்களின் கவனத் தைத் திருப்புவதற்காக அவர்களுக்குச் சிறிதும் பெரிதுமான நகைகளைப் பரிசாக அளிக்கத் தொடங்கினர். தாங்கள் சொன்ன படி நடக்கும்படி செய்தனர். பெண்களோ, தங்கள் சுதந்திரத்தைப்

பறிகொடுக்கிறோம் என்ற நினைப்பின்றி அவற்றை மகிழ்ச்சி
யுடன் வாங்கி அணிந்துகொள்ளத் தொடங்கினர். இப்படித்
தான் திருமணத்தின்போது துங்ரி கலாஸியா மணமகன்
பெண்ணுக்கு வரதட்சிணை கொடுக்கும் வழக்கம் வந்தது.
பெண் அவனுடைய உடைமை ஆகிவிடுகிறாள்.

இ இ

மரிஜா ஸ்ரெஸ்

ஆதியில் பெண் இருந்தாள்

வெகு காலத்திற்கு முன், இப்போது ஆரவல்லி மலை இருக்கும் இடத்தில் ரொம்ப அழகும் அகலமும் கூடிய ஒரு பெரிய பள்ளம் இருந்தது. உள்ளே இருட்டைத் தவிர ஒன்றுமேயில்லை. ஆனால் ஏற்கனவே குத்ரத் அங்கே இருந்தான். காலம் தோன்றியபோதே அவன் அங்கேதான் இருக்கிறான். அவன் மகிழ்ச்சியோடிருந்தான். அங்கே அவனுக்கு எல்லாம் கிடைத்திருந்தது. திருப்தி யாயிருந்தான். மனிதக் கண்களுக்கு அங்கே இருட்டாக இருப்பதாகத் தோன்றினாலும் உண்மையில் அது இருட்டல்ல. அந்த இருளில் கடவுள் நிறைந்திருந்தார்.

ஆயிரக்கணக்கான வருஷங்களுக்குப் பிறகு குத்ரத் தனக்குள் நினைத்துக்கொண்டான்: 'அன்பு செலுத்த யாரையாவது உருவாக்குவோம். மிகவும் அழகான விரும்பக்கூடிய ஒன்றை.' பிறகு குத்ரத் ஒரு பெண்ணை உருவாக்க ஆரம்பித்தான். முதலில் பெண்ணின் எலும்பு களை உருவாக்கினான். அதை ப்ருத்வி – பூமி – என்று அழைத்தான்.

இப்படியே அவன் தொடர்ந்தான். முதலில், 'ஒரு மலையை செய்வோம். உயர்ந்த கம்பீரமான மலை. பிறகு அதற்கு உடையணிவித்து அதை அழகுபடுத்துவோம்' என்று நினைத்தான். அவன் குத்ரத் அல்லவா, அதை அற்புதமாக எங்கும் காண முடியாத வகையில் செய்ய முடியும்.

ஆஹா, அது மிகவும் உயர்ந்த மலை. அதன் இரண்டு குன்றுகளும் உருண்டு திரண்டிருந்தன. சூரிய கிரணங் களை ஏற்று சந்திரனின் மங்கிய ஒளியில் மின்னின. அவை இன்றைய ஆரவல்லி மலைகளைவிட உயரமான வை. அவை சரிவுகளும் பள்ளத்தாக்குகளும் நிழலும்

குளிரும் கொண்டிருந்தன. பாறைகளும் கற்களும் ஒன்றோ டொன்று சீராக அமைக்கப்பட்டு ஒரே அளவில் காட்சியளித்தன. அவற்றிலிருந்து அவன் கண்ணை எடுக்கவே முடியவில்லை. தனது சிருஷ்டி அவனுக்கு மிகவும் மகிழ்ச்சி அளித்தது.

'என் அழகிய பூமிப் பெண்ணே ப்ருத்வி, உன்னை அழகு படுத்துகிறேன்' என்று சொல்லிக்கொண்டான்.

மெதுவாக, ஒவ்வொன்றாக, பாசத்துடன் கவனமாக, அவன் பூமியின் மேல் மரங்களை நட்டான். நிறைய மரங்கள். தேக்கு, ஓக், மூங்கில். ஓ, பூமியின் ஒவ்வொரு அங்குலமும் மரங்கள் வளர்ந்தன. உயரமாக, நேராக, பசுமையான கிளைகளும் இலைகளுமாக வானை நோக்கி வளர்ந்தன. இவற்றிற்கிடையே குத்ரத் செடிகளையும் கொடிகளையும் படரவிட்டான். பாசியும் புல்வெளிகளும் தோன்றின. தொடுவதற்கு மிருதுவாகவும் மணத்துடனும் இருந்தன. கண்ட இடமெல்லாம் மரங்களை வளர்த்தான். இறுதியில் பெரிய ஆரண்யம் உருவாயிற்று. பூமியில் விரித்த கம்பளம் போல் இருந்தது. எந்த மிருகமும் உள்ளே நுழைந்துவிட முடியாதபடி நெருக்கம். ஆமாம், அந்தக் காலத்தில் மிருகமோ மனிதனோ இல்லைதான். அது இன்றைய ஆரவல்லி மலைத்தொடர் விரிந்து பரந்து இருக்கிறதே, அந்த இடத்தில்தான் இருந்தது.

உயரேயிருந்து பார்த்தால் ப்ருத்வி பிரமிக்கவைக்கும் அழகுடன் அற்புதமாகக் காட்சி அளித்தாள். எங்கும் பலவிதமான பழுப்பு நிறம். அதற்கு மேல் பட்டு விரித்தாற்போல் பசுமை அவளை மூடியிருந்தது. காற்றில் காட்டு மரங்கள் அசையும் போது அதன் கிளைகளின் ஊடே கீழே அமைதியான பள்ளத் தாக்குகளும் கலகலவென ஒலித்து ஓடும் நதிகளும் வானை நோக்கி உயரும் மலைச் சிகரங்களும் காட்சி அளித்தன.

குத்ரத்தின் சிருஷ்டி இது. எந்தத் திசையில் போய்த் தேடி னாலும் கிழக்கிலிருந்து மேற்கோ, வடக்கிலிருந்து தெற்கோ, ப்ருத்வி மாதிரி அழகான ஒன்றைப் பார்க்கவே முடியாது. குத்ரத்தே ப்ருத்வி மேல் காதல் கொள்ளத் தொடங்கினான்.

காலைக் கதிரவனின் பொற்கதிர்கள் அவள் மார்பில் விழுந்து அவளை எழுப்பும் போது அவளையே நினைத்துக் கொண்டிருந்தான். நிலவொளியில் அவள் வெளிர் வெள்ளியாக மினுங்குவதைப் பார்த்து மயங்கி நின்றான். அவ்வப்போது அவளுக்கு அவன் மேலும் அழகு சேர்த்தான். இங்கும் அங்கு மாகச் சில மாற்றங்கள் செய்தான். வயிற்றிலிருந்து வேகமாகக் கீழிறங்கி அடர்ந்த புதர்களிடையே உள்ள ரகசியக் குகையில் தோன்றும் இளம் சூடான ஊற்று நீர் மாதிரி. அப்போது ப்ருத்வியைப் பார்க்கும்போது குத்ரத்துக்கு அவள் மீது மேலும்

　　　　　　　　　　　　　　　மரிஜா ஸ்ரெஸ்

காதல் பெருகும். அவள் மேலும் அழகாகத் தோன்றினாள். ஆசையைக் கிளறினாள். ஆம், குத்ரத்தின் பிரமாண்டமான சிருஷ்டிதான் ப்ருத்வி.

இப்போது ப்ருத்வி குத்ரத்தின் சக்தியுடன் வாழ்ந்தாள். இந்தச் சக்தியின் மூலம் தன் உடம்பில் நிறைய தாவர இனங் களைச் செழிக்கச் செய்தாள். தேக்கும் மூங்கிலும் நிரம்பிய அடர்ந்த காடுகள் செழித்தன. மஹருடாவும் சுபபூலும் வளர்ந்தன. காட்டின் நடுவே ஓர் பெரிய ஆலமரம். ஆஹா, எவ்வளவு பெரிய மரம்! வேர்களைப் போலவே நிறைய கிளைகளும் எங்கே தொடங்கி எங்கே முடிகின்றன எனத் தெரியாத அளவு விரிந்திருந்தன. கிளைகளின் இலைகளினூடே சூரியனின் கதிர்கள் தரையில் அழகிய ஒளிக் கோலங்கள் வரைந்தன.

இதுவரை காட்டில் மரங்கள் மட்டுமே இருந்தன. 'மிருகங் களையும் பறவைகளையும் சிருஷ்டித்தால் என்ன!' என்று நினைத்தான் குத்ரத். அவற்றை அங்கே விளையாட விட்டு ப்ருத்வியை மகிழச் செய்தான்.

அங்கே 'ஆங்க்யீ – ஆங்க்யீ எனப் பிளிறும் யானை இருந்தது. சுனைகளின் அருகே நின்றுகொண்டு, வருபவை மேல் தண்ணீர் தெளித்து வரவேற்றது. சிங்கம் இருந்தது. 'வாாாா' என்று கர்ஜித்து எல்லா மிருகங்களையும் நடுங்கச் செய்தது. ஆனால் அவை சிங்கத்தின் அருகில் சென்றதும் அதன் நாற்றம் பிடித்த மூச்சு அவற்றை விரட்டி அடித்தன. இரவில் பார்க்கும் போது நரியின் கண்கள் நெருப்புக் கங்குகள் போல் ஒளிர்ந்தன. முரட்டுக் கரடிகள் கூட்டமாக வரும். தங்கள் குட்டிகளை நக்கிச் சுத்தப் படுத்தும். சிறுத்தைப் புலி தரையில் புரண்டுகொண்டே 'ஹரூம்ப் – ஹரூம்ப்' என்று உறுமியபடி பாதங்களைச் சுத்தம் செய்யும்.

ஒட்டகம் இருந்தது. எல்லாவற்றையும்விட உயரம். தலையைத் தாழ்த்தித்தான் மற்ற மிருகங்களைப் பார்க்கும். முயல்கள் தங்கள் நீண்ட காதுகளைச் சொறியும். மான்கள் வெள்ளி நீரோடையை அற்புதமாகத் தாவிக் குதித்துக் கடக்கும். காட்டில் அடர்ந்த செடிகொடிகளின் ஊடே பாம்புகள் ஊர்ந்து சென்று எலிகளையும் தவளைகளையும் பிடித்துத் தின்னும். உயரே குரங்குகள் தேக்கு மரத்திலிருந்து தேவதாரு மரத்தை நோக்கித் தாவும். மரங்களிலிருந்து திம்புரா பழங்களைப் பறித்துக் கீழே வீசுவதை மற்ற பிராணிகள் பொறுக்கித் தின்னும்.

அவை ஒன்றுக்கொன்று விரோதம் காட்டுவதில்லை. இனைக்கமாகவே வாழ்ந்து வந்தன.

அப்புறம், பலவிதமான பறவைகள். ஆனால் எல்லா வற்றிலும் அழகானது மயில்தான். ஆலமரத்தின் பின்னாலிருந்து

ராஜநடை நடந்து வரும். ஓ, கருநீலமும் தங்கமும் ஜொலிக்கும் உடலும், நீண்ட தோகையுமாக. அதில்தான் ராஜகுமாரி சூர்யாவின் கண்களைப் போல் மின்னும் எத்தனை அழகிய கண்கள் —அவளுடைய கண்ணீர்த் துளிகளாம் அவை— சுற்றிலும் கரு வளையங்கள். சட்டென்று தன் தோகையை விசிறிபோல் விரித்து வளைத்து அம்பாரமாக வரும்போது உண்மையிலேயே பறவைகளின் ராஜா என்றுதான் சொல்ல வேண்டும். சுவையான பூச்சிகளைப் பிடித்துத் தின்னும்.

வேறு பறவைகளும் இருந்தன. கழுகு, காகம், சாந்தமான சிட்டுக் குருவிகள், வாய் ஓயாமல் பேசியபடியே மரத்துக்கு மரம் பறக்கும் கிளிகள். தேவ்லிகூட இருந்தது அங்கே. எல்லாம் காட்டைச் சேர்ந்தவை. அதுதான் அவற்றின் வீடு.

தான் படைத்த ப்ருத்வியைப் பார்த்துக் கொண்டிருந்தான் குத்ரத். எவ்வளவு நல்ல உலகம். ஒன்றுக்கொன்று இணைந்து அன்பு செலுத்தி வாழ்கின்றன. தன் படைப்பைப் பார்த்து மகிழ்ந்த குத்ரத் நடனமாடத் தொடங்கினான். பின்னணியில் நீரோடை சலசலத்தது. மரங்களூடே காற்று வீசியடித்தது. காட்டுப் பறவைகளும் விலங்குகளும் குரலெழுப்பின. அந்த இசைக்கேற்ப ப்ருத்வியின் நடனமும் அமைந்தது. தனக்குள்ளே மகிழ்ந்தபடி, 'ப்ருத்வியை இன்னும் அழகுபடுத்த வேண்டும். என் மனைவியல்லவா, நாளுக்குநாள் பெருத்துக்கொண்டு வருகிறாள்.' விரைவிலேயே வண்ண வண்ண வண்ணாத்திப் பூச்சிகளும் ரீங்கரிக்கும் தேனீக்களும் பூக்களைச் சுற்றிப் பறந்தன. மின்மினிப் பூச்சிகளும் வண்டுகளும் புட்டானும் கொசுக்களும் தோன்றின. ஒவ்வொன்றும் நட்புடன் இருந்தன. நன்றாக இருந்தன.

இவ்விதமாக குத்ரத் தன் மனைவியின் —ப்ருத்வியின்— உடலை அழகுபடுத்தினான்.

கடைசியாக ஒருநாள் இரவு, காடு முழுவதும் வெள்ளி நிலவின் ஒளியில் அமைதியில் மூழ்கியிருக்கும்போது குத்ரத் சிறிது மண்ணைக் கையில் எடுத்து, எடையைக் கணித்து, ஓர் உருவத்தை வடித்தான். இதற்கு முன்னால் பறவைகளையும் விலங்குகளையும் படைத்திருக்கிறான் எனினும் ஒரு மனித உருவைப் படைப்பது இதுதான் முதல் தடவை. மிகவும் அழகான பெண் உருவம் அது. முழுமையான அழகு பெற்றது. குத்ரத் அவளை எல்லாப் பறவைகளும் மிருகங்களும் பார்க்கும்படி தரையில் வைத்தான். அவை எல்லாம் அவள் அழகைப் பார்த்து வியந்தன. அவனும் சிறிதுநேரம் அவளையே பார்த்துக் கொண்டிருந்தான். ஒவ்வொரு நொடியும் அவள் மேல் அவன் காதல் வளர்ந்தது. ஓ, வைத்த கண் வாங்காமல் இரவும் பகலும்

   மரிஜா ஸ்ரெஸ்

அவளைப் பார்த்தபடியே இருந்தான். 'என்ன பெயர் இடலாம் இவளுக்கு' என்று யோசித்தான். 'சதி'. அதுதான் அவளுக்கு ஏற்ற பெயர். சதி முழுமையானவள், கட்டுக்கோப்பானவள், எல்லாம் நிறைந்தவள். அதன் பிறகு கல்யாணம் ஆகாத அழகிய பெண்களும் சதி என்றே அழைக்கப்பட்டனர்.

சதி தனியாகவே காட்டில் வசித்து வந்தாள். காலையில் பனித்துளிகள் இலைகளிடையே முத்து நெக்லஸ் போல மிளிர்ந்தன. மரங்களும் புற்களும் காலைச் சூரிய ஒளியில் மின்னின. அவள் மெதுவாக விரல்களை ஊன்றி பாதத்தைத் தூக்கி மரங்களைக் கைகளால் அணைத்துக்கொண்டாள். மெல்லிய பனித்துளிகள் உதிர்ந்து அவள் முகத்திலும் உடம்பிலும் கைகளிலும் பன்னீர் தெளித்தன.

பகல் பொழுதில் அவள் சுவையான மாங்கனிகளையும் வாழைப் பழங்களையும் பறித்தாள். காட்டோடைக் குளிர் நீரில் திளைத்துக் குளித்தாள். இரவில் தேய்ந்து வளரும் சந்திரனைப் பார்த்தபடி இருப்பாள். வாழை இலைகளின் மேல் படுத்து உறங்குவாள். விடியுமுன்னே பறவைகளின் கலகலப்பு அவளை எழுப்பிவிடும். எந்தப் பறவை எப்படி இசைக்கிறது என்று அவளுக்குத் தெரியும். பகலில் நீர்ச் சுனையில் தண்ணீர் குடிக்க வரும் மிருகங்களைக் கவனித்துப் பார்ப்பாள். மான்குட்டியோடு விளையாடுவாள். ஓ, அந்த சுவர்க்க பூமியில் வாழ்வதுதான் எவ்வளவு குதூகலமாயிருந்தது.

திடீரென ஒருநாள் அவள் தன் தனிமையை உணர்ந்தாள். எல்லாவிதமான பறவைகளும் மிருகங்களும் அங்கே இருந்தன. அவளுடன் சுற்றி வந்தன. அவளைப் போல் ஒரு மனித ஜென்மம் இதுவரை இல்லை. அவளோடு பேசுவதற்கென்று யாரும் இருந்ததில்லை.

'எனக்கு யாரும் இல்லை' என்று நினைத்தாள் அவள். 'என்னை மாதிரி யாருமே இல்லை'. அவள் கவலைப்படத் தொடங்கினாள். நாளுக்கு நாள் அவள் கவலை அதிகரித்தது. சதி தனிமையை வெறுத்தாள். அவள் கவலையைக் கண்டு குத்ரத்துக்குத் தாங்க முடியவில்லை. அவள் தனிமையைப் போக்க என்ன செய்வது என்று சிந்தித்தான். கடைசியில் ஒரு வழி தோன்றியது.

ஒருநாள் அவன் ஒரு பாம்பைக் காட்டில் கொண்டு விட்டான். நாளுக்குநாள் அந்தப் பாம்பு வளரத் தொடங்கியது. அதைப் பார்த்த சதி, 'என்னைப் போல் உள்ள ஒரு குழந்தை எனக்கு வேண்டும். அவன் என்னோடு பேசுவான், எனக்குத் துணையாக இருப்பான். ஆம், என்னுடையவன், என்னில் ஒரு

பகுதி அவன்' என்று நினைத்தாள். அவள் அந்தப் பாம்பைப் பிடித்து எடுத்துக் கட்டியணைத்தாள். பாம்பு அவளைச் சுற்றிப் பிணைந்து நுழைந்து அவளுள் நிறைந்தது. அந்தப் பாம்பின் சக்தியால் அவள் கருவுற்றாள். குத்ரத்தின் சக்திதானே அது!

ஒன்பது மாதங்கள் ஒன்பது நாட்கள் சென்றதும் அவள் தன் மகனைப் பெற்றெடுத்தாள்.

"ஓ, இவன் என்னைப் போலவே இருக்கிறான்" என்று மகிழ்ச்சியில் கூவினாள் அவள். அவனை இறுக அணைத்துக் கொண்டாள். குத்ரத் அவளை அணுகி, ஒரு கத்தியால் குழந்தை யின் தொப்புள் கொடியை அறுத்து, அவள் இலைகளாலும் தேக்குமரப் பட்டையாலும் குழந்தையைப் போர்த்திட உதவினாள். பிரசவத்தின் போது வெளிப்பட்ட இரத்தம் கெஸூடா மலர்களாக மாறியது. எறியப்பட்ட தொப்புள் கொடி தேக்கு இலைகளாயின.

சதி குழந்தையைப் பார்த்து மகிழ்ந்தாள். அவனுக்குப் பாலூட்டினாள். கொஞ்சிக் குலவினாள். குழந்தை வளர்ந்து பெரியவனானான். அவளோடு ஒன்றிணைந்து குத்ரத் அளித்த குழந்தை அவன். இவ்விதமாகத்தான் மனிதன் உலகில் தோன்றி னான். பெண் விரும்பியதால், குத்ரத் அவளை விரும்பியதால், தோன்றினான். குத்ரத் அவளை விரும்பியதால் அவளுடன் ஒன்றினான். முதலில் இருந்தது பெண்ணின் ராஜ்யம் என்பதை அவளால் மறக்க முடியாது.

(இந்தக் கதையை எனக்குக் கூறியது நந்து பாலாஜி நினமா. அவளுக்கு இதைச் சொன்னது குட்லா கிராமத்திலிருக்கும் அவள் மாமா. அவர் ஒரு கதை சொல்லி.)

✿ ✿

என்னைப் பேய் பிடித்துவிட்டது

தேத்ரி கிராமத்திற்கு வெளியே ஒரு பெரிய அரச மரம் நின்றுகொண்டிருந்தது. நான் பகலில் அந்தப் பக்கமாகச் செல்வது வழக்கம். அதன் அடர்ந்து விரிந்த கிளைகளுக்குள்ளேயிருந்து முணுமுணுக்கும் சப்தம் கேட்கும். அங்கே என்ன நடந்துகொண்டிருக்கிறது என்று வியப்படைவேன்.

ஒரு பௌர்ணமி இரவில் தேத்ரியில் நடைபெறும் பஜனையில் கலந்துகொள்ள எங்களை அழைத்திருந்தார் கள். சாயங்காலமே அங்கு வந்து சேர்ந்துவிடும்படி கூறி யிருந்தார்கள். நாங்களும் அப்படியே போய்விட்டோம். எல்லோருமாகச் சாப்பிட்டோம். பக்கத்து ஊர்களிலிருந் தும் ஆட்கள் வந்துகொண்டிருந்தார்கள். பஜனை சிறப்பாக நடைபெற்றது. இறைவனைப் பக்தியுடன் வணங்கினோம்.

நள்ளிரவு கழிந்தது. வானில் சந்திரன் அழகாகத் தன் வெள்ளிக் கதிர்களை வீசிப் பரப்பிக்கொண்டிருந் தான். வெளியூர் ஆட்கள் ஒவ்வொருவராக ஊருக்குக் கிளம்பிக் கொண்டிருந்தார்கள். அப்போது எங்கள் பழைய தோழி இந்துபென் கடாரா, ஊருக்கு வெளியே பேய்களின் இருப்பிடமான அந்தப் பெரிய அரசமரத்தைப் பற்றிய பழைய கதைகளைச் சொல்லத் தொடங்கினாள். அவள் இனத்தவரான துங்ரி கராஸியா மக்கள், முன்பு அரச மரங்கள் கூட்டமாக நிற்கும் வனப்பகுதியில்தான் வசித்தார்களாம். இப்போது போல் மலையடிவாரத்தில் திறந்த வெளியில் அல்ல. அரச மரங்களில் வசித்த பேய் பிசாசுகளில் நல்லதும் உண்டு. கெட்டதும் உண்டு, குத்ரத் என்ற கடவுள் மனிதர்களை ரட்சிப்பதற்காக அந்தப் பேய்களையும் பிசாசுகளையும் அரசமரத்தில் குடியிருத்தி யிருந்தது.

இந்துபென் சொன்ன கதை இதுதான்.

"என்னுடைய முதல் பிரசவத்துக்குப் பிறகு என் அப்பா வீட்டுக்கு வந்துவிட்டேன். அப்பா அப்போது பரோடாவில் ஏதோ பயிற்சிக்குப் போயிருந்தார். வீட்டில் அம்மாவும் தம்பிகளும் தங்கைகளும் இருந்தனர். நல்ல வெயில்காலம்.

நாங்கள் எல்லோரும் இரவில் வீட்டுக்கு வெளியே திறந்த வெளியில் கட்டிலைப் போட்டுப் படுத்திருந்தோம். உறக்கம் வரவில்லை. உயரே வானத்தைப் பார்த்தேன். பூமியைப் பார்த்தேன். அங்கே ஒரு பெரிய பாம்பு இரையைப் பிடித்துக்கொண்டிருந்தது. அதன் உடம்பு சந்திர ஒளியில் பளபளத்தது. எனது இடது பக்கம் வரிசையாக எல்லோரும் நல்ல உறக்கம். கட்டைகளை வரிசையாக அடுக்கி வைத்தது போல் இருந்தது. குழந்தை என் பக்கத்தில் தூங்கிக் கொண்டிருந்தது. நான் கடைசியில் சற்று ஒதுங்கித் தனியாகப் படுத்திருந்தேன்.

தூக்கம் வரவில்லை. என் பார்வை சற்றுத் தொலைவில் தானியங்களைக் கதிர்களிலிருந்து அடித்து எடுத்துக் காயப் போடும் தரையின் பக்கம் சென்றது. அதன் பக்கம் ஒரு நார்த்தை மரம். ஒரு பித்தளைச் செம்பு அதில் கட்டி தொங்கவிடப் பட்டிருந்தது. காலைக்கடனுக்காகப் பயன்படுத்தப்படும் அது. நார்த்தை மரத்துக்கு அப்பால் ஒரு பெரிய அரச மரம். சின்னப் பிள்ளையிலிருந்தே அதைப் பார்த்திருக்கிறேன். இன்றைக்கு என்னமோ அது பெரியதாக, இருட்டாக, அகலமாகக் காட்சி அளித்தது. அதில் வசிக்கும் பிசாசுகளைப் பற்றி அப்பா கூறுவார். நாங்கள் கிறிஸ்தவர்கள் ஆகையால் பிசாசுகளைப் பற்றிய நம்பிக்கை எங்களுக்குக் கிடையாது.

தூக்கம் கண்ணைச் சுழற்றியது. உறங்கப் போகும்போது திடீரென ஒரு பலத்த காற்று என் தலைப்பக்கமாக வீசியது. நான் பயந்துவிட்டேன். உடம்பு நடுங்கியது. அடுத்த நொடியில் காற்று இன்னும் பலமாக வீசவும் நான் எழுந்து கட்டிலைப் பலமாகப் பிடித்துக்கொண்டேன். நடுக்கத்துடன் சுற்று முற்றும் பார்த்தேன். நிலவு பால்போல் வீசிக்கொண்டிருந்தாலும் என் நடுக்கம் குறையவில்லை. எனக்கு முன்னால் என்னைத் தொட்டாற்போல் – ஆனால் தொடவில்லை – ஓர் உருவம் நீண்ட அங்கி அணிந்தபடி நிற்கிறது. அதன் முகம் தெரியவில்லை. முதுகுப் புறத்தைத்தான் பார்த்தேன். அமைதியாக நேராக நின்றுகொண்டிருக்கிறது. பயத்தில் என் நாக்கு உறைந்துபோய் விட்டது. அலறுவதென்ன, முனகக்கூட முடியாது.

மீண்டும் காற்று பலமாக வீசி என்னைக் குலுக்கியது. அந்த வெள்ளை உருவம் அசையவேயில்லை. பயத்தில் எனக்கு

                                              மரிஜா ஸ்ரெஸ்

வியர்த்துக் கொட்டியது. பக்கத்தில் தூங்குபவர்களை எழுப்பலாமா என்று நினைத்தேன். எல்லோரும் அயர்ந்து உறங்குகிறார்கள். நான் மட்டும்தானா அந்தப் பிசாசைப் பார்த்தேன்?

என்ன செய்வதென்று தெரியாமல் தட்டுத்தடுமாறி எழுந்து அம்மா படுத்திருந்த கட்டிலை நோக்கி நடந்தேன். அவளைத் தட்டி எழுப்பினேன். அவள் விழித்ததும் நான் படபடப்புடன், 'அதைப் பாரம்மா' என்றேன்.

'எதை?' என்றாள், தூக்கக் கலக்கத்துடன்.

'என் கட்டிலருகே நிற்கிறதே – பூதம்' என்றேன்.

அவள் எழுந்து சற்றுமுற்றும் பார்த்தாள். எதுவும் தென் படவில்லை. ஆனால் என் கண்களுக்கு மட்டும் தெளிவாகத் தெரிந்தது – வெள்ளை உடையுடன் என் கட்டிலைத் தொட்ட படி.

அம்மா எழுந்து வீட்டுக்குள் போய் பைபிளை எடுத்து வந்தாள்.

'இதைப் படித்துவிட்டு உன் பக்கத்திலேயே வைத்துக் கொள். அது போய்விடும்' என்றாள்.

பயம் தீரவில்லை. பைபிளை எடுத்துக்கொண்டு கட்டிலை நோக்கி நடந்தேன். அந்த உருவம் அசையாமல் அப்படியே நின்றுகொண்டிருக்கிறது. நான் கட்டிலில் உட்கார்ந்தேன். பைபிளைத் திறந்து அந்தப் பக்கத்தில் இருந்ததைப் படித்தேன். என்ன படித்தேன் எவ்வளவு நேரம் படித்தேன் என்பதெல்லாம் தெரியாது. தலையை உயர்த்திப் பார்த்தபோது அந்த வெள்ளை உருவம் அங்கே இல்லை.

அன்றிலிருந்து எப்போதும் அந்த பைபிள் என் தலை யணைக்கடியிலேயே இருக்கும். அதற்கப்புறம் இன்றுவரை அது வரவேயில்லை."

நாங்கள் எல்லோரும் ஒருவரையொருவர் பார்த்துக் கொண்டோம். பிறகு சிங்கிபென் தன் கதையைச் சொல்ல ஆரம்பித்தாள்.

"நானும் அதை ஒரு தடவை பார்த்திருக்கிறேன். வேலை முடித்து திரும்பி வந்துகொண்டிருந்தேன். பஸ் கிடைக்கவில்லை. தனியாக நடந்து வந்தேன். இரவு வெகு நேரமாகிவிட்டது. திடீரென எனக்குப் பின்னால் காலடிச் சத்தம் கேட்டது. பயம் பிடித்துக்கொண்டது. யாராயிருக்கும் என்று நினைத்தபடி திரும்பிப் பார்த்தேன். யாரும் இல்லை. எனவே மீண்டும்

விரைவாக நடக்க ஆரம்பித்தேன். பின்னால் காலடிச் சப்தமும் விரைவாக என்னைத் தொடர்ந்து வருகிறது. திரும்பிப் பார்த்தேன். இப்போது ஒரு உயரமான உருவம், வெள்ளை அங்கி அணிந்திருக்கிறது. முகம் மட்டும் தெரியவில்லை... ஒரே பயமாகப் போய்விட்டது.

திரும்பிப் பார்க்காமல் ஓடத் தொடங்கினேன். கிராமத்தை அடைந்து வீட்டுக்குள் நுழைந்து, வராந்தாவில் படுத்திருப்பவர்கள் பக்கம் சென்ற பிறகுதான் அந்தக் காலடி சப்தம் நின்றது. அந்த உருவமும் மறைந்துவிட்டது."

இப்போது ஜீவாபாயின் முறை. அவள் சொன்ன கதை இது.

"என் அப்பா ஒரு பகத், அதாவது சாது. எப்போதும் சுற்றிக்கொண்டேயிருப்பார். திடீரென்று மாமிசம் சாப்பிடுவதை நிறுத்திவிட்டார். பெண்களையும் அவருக்குப் பிடிக்காமலாயிற்று. அம்மாவும் ஒரு பெண்தானே. அதற்காக அம்மாவை விட்டுப் பிரிந்து தனியாக வசித்து வந்தார். அம்மாவுக்கு நான் செல்லப் பிள்ளை. என்னை அடிக்கடி அப்பாவைப் போய் பார்த்து விட்டு வரச்சொல்லுவாள். அவருக்கு எல்லா வசதிகளும் இருக்கிறதா, கஷ்டப்பட்டுகிறாரா என்று பார்க்கச் சொல்லுவாள்.

ஐப்பசி மாதம் ஷம்லாஜி ஊரில் பெரிய திருவிழா நடக்கும். நாங்கள் கிருஷ்ணன் ஆலயத்திற்குச் சென்று இரவு பூராவும் அங்கே இருந்தோம். எவ்வளவு நேரம் உறங்கினேனோ தெரிய வில்லை, திடீரென அப்பா என்னை எழுப்பினார். வெளியே எங்கும் நல்ல இருட்டு. அவருடன் நடந்தேன். இருட்டில் ஏதேதோ சந்துகள் வழி சென்று அணைக்கட்டை அடைந்தோம். அங்கே கும்பல் கும்பலாக ஆட்கள் நின்றிருந்தனர். அந்தக் கூட்டத்தில் இணைந்து கொண்டோம். அதில் ஆண்களும் பெண்களுமாகத் தலையை ஆட்டிக்கொண்டும் உடம்பை அசைத்துக்கொண்டும் ஆடிக்கொண்டிருந்தனர். அப்பாவும் ஆடினார். எனக்கு ஒரே ஆச்சரியம். அப்பா பைத்தியம் பிடித்தவர் போல் அவர்களுடன் ஆடிக்கொண்டிருந்தார்.

அப்புறம்தான் தெரிந்தது, அவர்கள் பேய் ஓட்டிக் கொண் டிருக்கிறார்கள் என்று. தங்களைப் பிடித்துக் கொண்டிருக்கும் பேயை ஓட்டுவதற்குதான் அப்படி ஆடியிருக்கிறார்கள். அப்பா வுக்கும் சில சமயம் பேய் பிடித்துவிடும். எங்களையும் அம்மா வையும் போட்டு நன்றாக அடிப்பார். அப்போது அவருக்கு வரும் கோபத்தைப் பார்க்க வேண்டுமே.

ஒரு நாள் தைரியத்தை வரவழைத்துக்கொண்டு அவரிடம் கேட்டேன் – ஏன் இப்படிக் கோபப்படுகிறீர்கள் என்று. அப்போது

   மரிஜா ஸ்ரெஸ்

நாங்கள் கிணற்றின் பக்கம் நின்றிருந்தோம். அப்பா வாளியில் தண்ணீர் இறைத்துக்கொண்டிருந்தார். கண்களை முறைத்து என்னைப் பார்த்தார். திடீரென்று என்னைத் தூக்கிக் கிணற்றில் போடப்போவது போல் பிடித்திருந்தார். கிணற்றில் நிறையத் தண்ணீர். எங்கிருந்தோ ஓடி வந்த அம்மா என்னை அவர் கைகளிலிருந்து பிடுங்கிவிட்டாள். அப்பாவிற்கு வந்த கோபத்தில் அவரே திடீரெனக் கிணற்றில் குதித்துவிட்டார். அவருக்கோ நீந்தத் தெரியாது. தண்ணீரில் கைளை அடித்துக்கொண்டு தத்தளித்தார். அம்மாவின் அலறலைக் கேட்டுப் பக்கத்திலுள் ளோர் ஓடிவந்து அப்பாவைக் காப்பாற்றினார்கள். நல்லவேளை, அவர் நீருக்குள் மூழ்கவில்லை.

இந்த மாதிரி அடிக்கடி நடப்பதால் ஆதிவாசி வைத்தியரான டானியலைப் போய்ப் பார்க்கும்படி யாரோ அப்பாவிடம் சொன்னார்கள். டானியல் ஒரு கிறிஸ்தவர். லுசாடியாவில் வசிக்கிறார். நானும் அப்பாவுடன் சென்று அவரைத் தனியாகச் சந்தித்தோம். வைத்தியர் அப்பாவைச் சமாதானப்படுத்தி விட்டு, ஏசு கிறிஸ்துவைப் பின்பற்றுவதற்கும் ஒரு பகத்தாக இருப்பதற்குமுள்ள வித்தியாசத்தை விளக்கினார். அதன்பிறகு அப்பா மாறிவிட்டதாகத் தோன்றியது. லுசாடியாவிலுள்ள ஆங்கிலிகன் சர்ச்சுக்குச் சென்று பிரார்த்தனைக் கூட்டத்தில் கலந்துகொள்ளத் தொடங்கினார். நானும் கூடச் செல்வேன். அதன்பிறகு அவர் ஒருபோதும் கோபப்பட்டதாகவே தெரிய வில்லை."

ஜீவாபாய் கதையை முடித்ததும் ஹிம்மத்பென் தன் கதையைக் கூறத் தொடங்கினாள்.

"என் கணவருக்கு போஸ்ட் ஆபீஸில் ஜோலி. அதனால் எங்கள் ஆறு பிள்ளைகளையும் படிக்க வைத்தோம். பிள்ளைகள் எல்லோருக்கும் கல்யாணம் ஆகிவிட்டது. நாங்கள் சந்தோஷமாக வசதியுடன் வாழ்ந்தோம். அவர் ஆபீஸுக்குப் போவார். நான் வயலில் வேலை செய்யப் போய்விடுவேன். இரவில் ஒருவருக் கொருவர் பிரியமாக இருப்போம்.

திடீரென்று பக்கத்து வீட்டுக்காரர்கள் என்னை ஒதுக்கி வைப்பதுபோல் தோன்றியது. எங்கள் நண்பர்களும் என்னைத் தவிர்த்து விலகத் தொடங்கினார்கள். ஒருநாள் என் கணவர் என்னிடம், "ஊரில் உன்னைப் பற்றி ஒரு வீண் வதந்தி பரவிக் கொண்டிருக்கிறது. என் தம்பியின் பேரக் குழந்தையை நீ கொன்று அதன் குடலைப் பிடுங்கித் தின்றுவிட்டாயாம். எல்லோரும் சொல்கிறார்கள்" என்றார்.

எனக்குத் தூக்கிவாரிப்போட்டது. பயமும் ஏற்பட்டது. இதனால்தான் எல்லோரும் என்னை ஒதுக்கி வைக்கிறார்களா?

என்னைச் சூனியக்காரி என்று நினைக்கிறார்களா? எனக்கு ஊண் உறக்கம் இல்லை. தண்ணீர்கூடக் குடிக்க முடியவில்லை. பயத்திலேயே மூழ்கிப் போய்விட்டேன். யாருடனும் பேசு வதில்லை. சூனியக்காரிகளை என்ன செய்வார்கள் என்று எனக்குத் தெரியும். பயங்கரம். கல்லால் அடித்துக் கொல் வார்கள் அல்லது நெருப்பில் தூக்கிப் போட்டு எரித்துவிடு வார்கள். எனக்கு என்ன நடக்கப்போகிறதோ!

ஆனால் பக்கத்து ஊரிலுள்ளவர்கள் என்னைப் பார்க்க வந்து பேசிக்கொண்டிருந்தனர். அவர்களில் ஒருத்தி ரியா. சமூகசேவகி. என் கணவர் வெளியே போயிருக்கும்போது அவள்தான் எனக்குத் துணையாக இருப்பாள். அவள் என்னுடன் இருக்கும்போது எனக்குத் தைரியம் வந்துவிடும். பாதுகாப்பாக இருக்கும். என் கணவரிடமும் அவள் பேசினாள். நான் ஒரு சூனியக்காரி என்பதும் குழந்தைகளின் குடலைப் பிடுங்கித் தின்பவள் என்பதும் வெறும் கட்டுக்கதை என்றாள். நான் கவலையினால் உடல் இளைத்துத் துரும்பாகிப் போனேன்.

இப்படியாக ஒரு வருஷம் சென்றது. இந்தக் காலகட்டத் தில் ரியாவும் என் கணவரும் அவர்களுடைய நண்பர்களை அழைத்து வரத் தொடங்கினர். என் குழந்தைகள் மறுபடியும் வரத்துவங்கினர். அவர்கள் எல்லோருடைய அன்பும் பாசமும் தான் என்னைத் தேற்றின. எனக்குத் தன்னம்பிக்கையைத் திரும்ப அளித்தன.

கிராமத்தில் நடக்கும் பெண்கள் கூட்டத்தில் நான் கலந்து கொண்டேன். பெண்கள் எல்லோரும் சேர்ந்து ஒரு தீர்மானம் நிறைவேற்றினோம். 'பெண்களுக்குப் பேய் பிடிப்பது, அவர்கள் குழந்தைகளைக் கொன்று தின்பதென்பதெல்லாம் ஆண்களே பரம்பும் வீண் வதந்திதான். துணிச்சலும், தன்னம்பிக்கையும், தனித்தியங்கும் திறனும் கொண்ட பெண்களின் மேலுள்ள வெறுப்பினாலும் விரோதத்தாலும் ஆண்களால் பரப்பப்படுவது. இத்தகைய பெண்களைப் பலவீனமாக்கி, தண்டிக்க ஆண்கள் மேற்கொள்ளும் ஒரு மோசமான வழிதான் இது.'"

⚘ ☙

ஹூடோவின் சாபம்

ராஜஸ்தான் எல்லைப் பகுதியில் ஷாம்லாஜி என்ற சிறிய ஊர் இருக்கிறது. வெகுகாலத்துக்கு முன் அந்த இடத்தில் உஜ்ஜைன் என்ற பெரிய நகரம் இருந்தது. ஹூடோ என்ற அரசன் அதை ஆண்டு வந்தான்.

ஹூடோ ராஜாவுக்கு ஏழு மனைவிகள். அழகில் ஒருவரையொருவர் மிஞ்சியவர்கள். ஆனால் என்ன அழகு இருந்தென்ன, என்ன செல்வம் இருந்தென்ன, எத்தனை ராணிகள் இருந்தென்ன – ராஜாவுக்குக் குழந்தைப் பாக்கியம் மட்டும் இல்லை. அந்தக் காலத்தில் ஒரு பெண்ணுக்குக் குழந்தை பிறக்காவிட்டால் அது அவளுடைய குற்றம் என்றுதான் எல்லோரும் சொல்வார் கள். அவளைப் பார்த்தாலே பாவம் என்பார்கள். மலடி என்று திட்டுவார்கள். ஆனால் உள்ளுக்குள் ராஜாவின் மேலும் குற்றம் என்று நினைத்துக்கொண்டார்கள்.

ஆடி மாதம் பிறந்ததும் நல்ல மழை பெய்தது. வயல்கள் உழுவதற்குத் தயாராயின. பட்டேல் இனத்து விவசாயிகள் கலப்பைகளைத் தயாராக எடுத்து வைத்துக் கொண்டார்கள். கிழக்குத் திசையிலிருந்து காற்று வீசத் தொடங்கியது. இடியும் மின்னலும் தோன்றின. வானம் இருண்டது. மழை வருவதற்கான அறிகுறிகள் எல்லாம் இருந்தன. ஆனால் ஒரு சொட்டுகூட விழவில்லை. விவசாயிகள் வானத்தைப் பார்த்தார்கள், பூமியைப் பார்த்தார்கள். என்ன சாபமோ என்று நினைத்துக் கொண்டார்கள். கலப்பைகள் மீண்டும் தங்கள் பழைய இடத்தில் தலைகீழாக சாய்ந்துகொண்டன.

ராஜா அவர்களிடம், "ஏன் கலப்பைகளைத் தலை கீழாகக் கட்டி வைத்திருக்கிறீர்கள்?" என்று கேட்டார். ராஜா ஆயிற்றே, அவர்கள் மரியாதையாகப் பதிலளித்தனர்.

"மன்னர் பெருமானே, உங்களுக்கு ஏழு மனைவிகள் இருக்கிறார்கள், ஒரு குழந்தைகூட இல்லை. நீங்கள் ஒரு அதிர்ஷ்டமில்லாத ராஜா. எங்களுக்கு மட்டுமல்ல, இந்தப் பூமிக்கும்கூடத்தான். ராணிகளின் வயிறுகள் காய்வது போல எங்கள் நிலமும் வறண்டிருக்கிறது. மழை இல்லாவிட்டால் நாங்கள் எப்படி உழுவோம்? எங்கள் கலப்பைகளைத் தலைகீழாகத்தான் சாய்த்து வைக்க வேண்டியிருக்கிறது – முதல் மழை பெய்வது வரை."

ராஜா உஜ்ஜைன் நகருக்குத் திரும்பினார். தெரு கூட்டும் பங்கிப் பெண் மன்னரின் அரண்மனைக்குள் நுழைந்து ஒரு கைப்பிடி கோதுமை வேண்டுமென்று யாசித்தாள். "மழை பெய்யவில்லை. நாட்டில் பஞ்சம் வந்துவிட்டது. எங்களைக் காப்பாற்றுங்கள்" என்றாள். மன்னர் இரக்கம் உள்ளவர். அவளுக்கு ஒரு கைப்பிடி அல்ல, ஒரு மூட்டைக் கோதுமையைக் கொடுத்து விட்டார். அவளுக்கு ஒரே மகிழ்ச்சி. ஒரு மூட்டைக் கோதுமையுடன் வீட்டுக்கு ஒரே ஓட்டமாக ஓடினாள். அங்கே அவள் கணவன் பட்டினியுடன் அவளுக்காகத் காத்திருந்தான். தன் மனைவி இவ்வளவு கோதுமையுடன் வருவதைப் பார்த்ததும் அவன் ஆச்சர்யத்துடன், "பெண்ணே, தினசரி நீ வெறுங்கையுடன் தான் வருவாய். இன்றைக்கு இவ்வளவு தானியம் எப்படிக் கிடைத்தது? திருடினாயா?" என்று கேட்டான்.

"மகாராஜா கொடுத்தார்" என்றாள் அவள்.

"என்ன!" என்று கத்தினான் அவள் கணவன். "இந்தக் கோதுமையைத் தொடுவதே பாவம். மரியாதையாக இதை அந்த மலட்டு மன்னரிடம் கொண்டு போய்க் கொடு. நமக்கு வேண்டாம் இது. கேவலம் மாடோ பறவையோகூட அவர் கையில் எதையும் வாங்கிச் சாப்பிடாதே! நாம் மட்டும் எப்படிச் சாப்பிடுவது?" என்றான்.

அவளுக்கு வேறு வழியில்லை. கணவன் சொன்னபடி கோதுமையை எடுத்துக்கொண்டு போய் ராஜாவிடம் திருப்பிக் கொடுத்தாள். ராஜாவுக்கு ஒரே ஆச்சரியம். "ஏன் இதைத் திருப்பிக் கொண்டு வந்தாய்?" என்று கேட்டார்.

"மகாராஜா, உங்களுக்கு ஏழு ராணிகள் இருக்கிறார்கள். ஆனால் யாருக்குமே குழந்தை பிறக்கவில்லை. அதனால் தான் இதைக் கொண்டு வந்து விட்டேன். மாடுகள், பறவைகள் கூடத் தின்னாத இந்தத் தானியத்தை நாங்கள் எப்படிப் சாப்பிடுவோம்" என்றாள் அவள்.

ராஜா ஒரு பிடிக் கோதுமையை எடுத்து வெளியில் வீசினார். ஒரு பறவைகூட அதைக் கொத்தவில்லை. ஒரு

   மரிஜா ஸ்ரெஸ்

பிராணிகூட அதைத் தீண்டவில்லை. அந்தப் பங்கிப் பெண் சொன்னது சரிதான். ராஜாவின் மனசு உடைந்துவிட்டது. இந்த அதிர்ஷ்டம் கெட்ட அரண்மனையில் இனிமேல் இருக்க வேண்டாம் என்று முடிவு செய்துவிட்டார். அரண்மனையையும் ராணிகளையும் தன் ஆஸ்திகளையும் துறந்துவிட்டுக் காட்டுக்குள் சென்று அங்கே கடவுளை நோக்கித் தவம் செய்யத் தொடங் கினார்.

ஏழு மாதங்கள் கடுமையான தவம். கொஞ்சமாகச் சாப் பிட்டார். அதைவிடக் கொஞ்சமாகத் தூங்கினார். பெண்களைப் பார்ப்பதில்லை. இப்படியாகத் தவம் செய்தார். அவர் உடம்பு இளைத்துத் துரும்பாகிவிட்டது.

ஒருநாள் ராஜா குளிப்பதற்காக மெஷ்வோ நதிக்குப் போனார். அங்கே அகஸ்திய முனிவரைச் சந்தித்தார். அத்தனை அலங்கோலமான நிலையிலும் மன்னனை அடையாளம் கண்டுகொண்டார் ரிஷி.

"உன் தவத்தில் தேவர்களுக்கு மிக்க திருப்தி. உனக்கு ஏதாவது ஒரு வரம் அருளும்படி என்னிடம் சொன்னார்கள்" என்றார் அகஸ்தியர்.

ராஜா அவரைப் பணிந்து வணங்கிவிட்டு, "உங்கள் சித்தமே என் பாக்கியம்" என்றார் பவ்வியமாக.

"ஆற்றில் குளித்துவிட்டுக் காட்டிற்குள் சென்று அங்குள்ள கெசுடா மரத்தின் கீழே போய் நில். அப்போது உன் விருப்பம் நிறைவேறும்" என்றார் ரிஷி.

மன்னரும் அதுபோலவே செய்தார். மெஷ்வோ நதியில் குளித்தார். பின் காட்டுக்குள் நுழைந்து பலவிடங்களிலும் தேடி ஒரு பெரிய கெசுடா மரத்தைக் கண்டுபிடித்தார். மரத் திலிருந்து நிறைய பூக்கள் உதிர்ந்து தரையில் ஒரு படுக்கை போல் பரந்திருந்தன. ஹூடோ மன்னர் அதில் போய்ப் படுத்துக் கொண்டார். மலர்ப் படுக்கை மெத்தென்றிருந்தது. நல்ல மணம் வீசியது. சுகமாக உறங்கிவிட்டார்.

சற்று நேரத்தில் தன்னைச் சுற்றி மிக அழகான ஏழு வன தேவதைகள் நிற்பதை உணர்ந்தார். அவர்கள் ராஜாவின் அருகே வந்து அவரை அணைத்துகொண்டனர். ஒவ்வொரு பெண்ணு டனும் அவர் உறவு கொண்டார். களைப்படையவே இல்லை. ஏழாவது பெண் திருப்தியுடனும் மகிழ்ச்சியுடனும் அவரைப் பார்த்து, "எப்படி இருக்கிறீர்கள்?" என்று கேட்டாள்.

"புதிய தெம்புடனும் சக்தியுடனும் இருக்கிறேன்" என்றார் ராஜா. "இதெல்லாம் நிஜமா அல்லது கனவு காண்கிறேனா?"

ஆதியில் பெண் இருந்தாள் ⇨ 65 ⇦

"இது கனவுதான்" என்று சொல்லிவிட்டுச் சிரித்தாள் அந்த வனதேவதை. "நாங்கள் சென்றதும் நீங்கள் விழித்துக்கொள் வீர்கள். உடனே அரண்மனைக்குச் செல்லுங்கள், ராணிகளைப் பாருங்கள். உங்களுக்கு இளகிய மனம். அதனால்தான் உங்கள் மேல் இருந்த சாபம் விலகிவிட்டது" என்றாள்.

மன்னர் தம் கனவிலிருந்து விழித்தார். அரண்மனைக்குச் சென்றபோது ஏழு ராணிகளும் அவரைச் சிரிப்பும் மகிழ்ச்சி யுமாக வரவேற்றனர். எல்லோரும் முந்தைய இரவில் மனனருடன் சேர்ந்திருந்ததாகக் கனவு கண்டதாகவும் தங்கள் வயற்றில் குழந்தையின் அசைவு தெரிவதாகவும் கூறினர். மன்னருக்கு ஒரேஆச்சரியம். அகஸ்திய ரிஷியின் வரம் பலித்துவிட்டதை உணர்ந்தார்.

இவ்வாறு மன்னரும் ராணிகளும் பேசிகொண்டிருக்கும் போது வெளியே குளிர்ந்தகாற்று வீசியது. மேகங்கள் திரண்டன. மழை பொழிந்து நாடெங்கும் நனைத்தது. தொடர்ந்து ஏழு நாட்கள் விடாத மழை. இந்த மாதிரி மழையைக் கண்டே இல்லை என்றனர் மக்கள். வயல்களின் விளைச்சலையும் அதுமாதிரி அவர்கள் கண்டதே இல்லை.

நாடு செழிப்படைந்தது. மன்னருக்கு மூன்று வலுவான ஆண் குழந்தைகளும் நான்கு அழகிய பெண் குழந்தைகளும் பிறந்தனர். சாபம் நீங்கிய மன்னர் நீண்ட நாள் மகிழ்ச்சியுடன் வாழ்ந்தார்.

(இது ஒரு தீபாவளிப் பாடல். மோடாசாலில் 2004 நவம்பரில் நடைபெற்ற கலை நகழ்ச்சி ஒன்றில், லக்ஷ்மன்புராவைச் சேர்ந்த கடாரா ஷக்ரபாய் தேவ்ஜி இந்தக் கதைப் பாடலைப் பாடினார்.)

෫ ෨

                                                மரிஜா ஸ்ரெஸ்

சேஷ நாகராஜவின் புதல்வி கர்மபாய்

முன்னொரு காலத்தில் உஜ்ஜைன் என்று ஒரு பெரிய நகரம் இருந்தது. (இப்போது ஷம்லாஜி என்று அழைக்கப்படும் ஊர் இருக்கும் இடம்தான் அது.) இது நடந்தது சத்யயுகத்தில். அப்போது ராஜா ஹரிஷ் சந்திரன் ஆட்சி புரிந்து வந்தார்.

ஹரிஷ்சந்திரன் ஒரு நல்ல அரசன். ஆனால் அவனிடம் ஒரே ஒரு குறை. தன் மனைவிமார் சொல்வதை அப்படியே நம்பி ஏமாந்துவிடுவான். அவனுக்கு ஏழு ராணிகள் இருந்தனர். நூறு ஆசை நாயகிகளும் உண்டு. இவர்கள் அனைவரிலும் அவனுக்குப் பிடித்தவள் கர்ம பாய்தான். மிகவும் அழகாயிருப்பாள். புத்திசாலியும்கூட. பாதாள லோகத்தின் பாம்புகளின் ராஜாவான சேஷ நாகராஜாவின் மகள் அவள். பாம்புகளுக்கே உரிய கவர்ச்சி அவளிடம் இருந்தது. பூலோக மக்களின் அறிவும் இருந்தது. ஹரிஷ்சந்திர மன்னன் பெரும்பாலும் அவளுடனே இருந்தான். வேட்டைக்குப் போகும் போதும் வேறு ராஜ்யங்களுக்கு விஜயம் செய்யும் போதும் அவளைத் தன்னுடன் அழைத்துச் சென்றான். ஆயினும் அவன் மன்னன் என்கிற முறையில் தன் குடிமக்களுக்கு எந்தக் குறையும் வைக்கவில்லை. அரச பணிகள் செவ்வனே முடிந்ததும் அவள் அந்தப்புரத்துக்குச் சென்றுவிடுவான். கர்மபாயும் அவனும் காதல் கேளிக்கைகளில் திளைத்து மகிழ்வர். முன்னமே சொன்னதுபோல, ஹரிஷ்சந்திரனுக்கு இன்னும் ஆறு ராணிகளும் நூறு ஆசை நாயகிகளும் இருந்தனர். ஆனால் அவன் அவர்களைச் சரியாகக் கவனிப்பதில்லை. அவனுக்கு கர்மபாய் மட்டும்தான் வேண்டும். அவள் அணைப்பிலேயே அவன் சுவர்க்கத்தை

அனுபவித்தான். இது ஆபத்தல்லவா? மற்ற ராணிகள் பொறா மையால் கொதித்தனர். ராஜா அவளை எப்படியாவது விலக்கி வைத்துவிட வேண்டுமென்று என்னவெல்லாமோ தந்திரங்கள் செய்து பார்த்தனர். எதுவும் பலிக்கவில்லை.

கர்மபாய் ராஜாவுக்குத் துரோகம் செய்கிறாள் என்ற வதந்தியைப் பரப்பினர். படைத்தளபதியுடன்கூட உறங்குகிறாள் என்றனர். ஆனால் இது பொய் என்று விரைவிலேயே நிரூபண மாயிற்று. ஏனெனில் படைத்தளபதி அப்போது போர் முனையில் இருந்தான். இந்தப் பொய்யைச் சொன்னதற்காக இரண்டு ராணிகளும் மூன்று ஆசைநாயகிகளும் தண்டிக்கப்பட்டனர். அத்துடன் அவர்களுக்கே அரண்மனையில் உள்ள சில ஊழியர் களுடன் உறவு இருந்ததும் கண்டுபிடிக்கப்பட்டது.

இருந்தாலும் மற்ற ராணிகள் கர்மபாயை வீழ்த்துவதற்குத் திட்டம் தீட்டினர். அவள் அரசனைப் பற்றித் தரக்குறைவாகப் பேசுவதாகக் கூறினர். இதுவும் பொய் என்று தெரிந்துவிட்டது. தீபாவளி விருந்தின்போது மக்கள் கூட்டம் முன் கர்மபாய் அரசனைப் பற்றி வானளாவப் புகழ்ந்து பேசி அவனுக்கு எண்ணற்ற பரிசுகளை வழங்கினாள். இதன்மூலம் ராஜா அவள் மனதில் மட்டுமல்ல, மக்கள் அனைவரின் மனதிலும் இடம் பெற்றிருக்கிறான் என்பது தெளிவாயிற்று. அங்குள்ள ராணிகளில் ஒருத்தி ரூபாலி பாய். அழகில் கர்மபாய்க்கு அடுத்தவள். ஆனால் பெரிய தந்திரசாலி. அவள் ஒரு திட்டம் வகுத்தாள். சிறிது சிறிதாக அரசன் மனதை மாற்ற முயன்றாள். கர்மபாய் அவனுக்குத் தினசரி பாம்பு விஷத்தை உணவோடு ஊட்டி விடுவதாகவும், அதன் மூலம் அவனை அழித்துவிடத் தீர்மானித்திருப்பதாகவும் திரும்பத்திரும்பக் கூறிவந்தாள். ஒருநாள் கர்மபாய் இல்லாதபோது அரசனைத் தன் படுக்கை அறைக்கு அழைத்து வந்து அவனுடன் கூடிக் குலாவி அவனை மகிழ்வித்து, அவன் அதில் மயங்கி இருக்கும்போது, "என்ன இருந்தாலும் அவள் நாகராஜனின் மகள்தானே. அதை மறந்து விடாதீர்கள்" என்றாள்.

இந்த மாதிரிப் பேச்சைக் கேட்கக் கேட்க, ராஜாவின் மனசும் சிறிது ஆட்டம் காணத்தொடங்கியது.

கர்மபாய்தான் அரசனுக்குத் தினசரி உணவு படைப்பாள். ஒவ்வொரு நாளும் முப்பத்து இரண்டு விதவிதமான கறிகள் இருக்கும். அவற்றைச் சமைக்கும்போது கூடவே இருந்து கவனிப் பாள். சில சமயம் தனக்குத் தெரிந்த விசேஷமான பண்டங் களையும் தயாரிப்பாள். இதெல்லாம் பார்க்கும் மற்ற ராணி களுக்குப் பொறாமையும் எரிச்சலும் ஏற்படத்தானே செய்யும்.

                                          மரிஜா ஸ்ரெஸ்

கர்மபாய் தனக்குப் பாம்பு விஷத்தைச் சிறிதுசிறிதாக ஊட்டி வருகிறாள் என்ற எண்ணம் அரசனின் மனதில் ஆழப் பதிந்துவிட்டது. ஒருநாள் சாப்பிட உட்கார்ந்தபோது அவள் படைத்த எந்த உணவுமே பிடிக்கவில்லை என்று சொல்லி விட்டான். கர்மபாய்க்கு ஒரே ஆச்சரியம். ஏன் தன் சமையலை அரசன் தொடவில்லை என்று அவளுக்குப் புரியவில்லை. என்னமாதிரி உணவு வேண்டும் என்று அரசனிடம் கேட்டாள். அவன் சரியாகப் பதில் சொல்லவில்லை.

வகைவகையான மீன்களைக் கொண்டுவந்து விதவிதமாக ருசியான சமையல் செய்தாள். அரசன் அவற்றைத் தீண்டவே யில்லை. அதுபோல் அவள் தயாரித்த ருசிருசியான மாமிச உணவுகளையும் அவன் ஒதுக்கி வைத்துவிட்டான். எதையாவது சாப்பிட்டால் உடனே வாந்தி எடுத்துவிடுவான். இதுவரை அப்படி நடந்ததே இல்லை. அவள் திரும்பத் திரும்ப அவனிடம் கேட்டபோது அவன் வெடுக்கென்று, "என்ன இது? பாம்புக் கறியா?" என்று கோபித்தான்.

அவள் சாந்தமாகப் பதிலளித்தாள். "பாம்புக் கறியா? இல்லை என் மன்னவா. என் தந்தை நாகராஜா. நான் அவர் மகள். எந்தப் பாம்பையுமே நாங்கள் கொல்லமாட்டோம் என்பது உங்களுக்குத் தெரியாதா?" என்றாள்.

"ஓ, அது பாம்புக் கறியாக இருக்காது. ஆனால் பாம்பு விஷமாக இருக்கலாமே! உனக்குத்தான் சமையல் கலை பற்றி எல்லா விஷயமும் தெரியும் அல்லவா?"

"மகாராஜா! ஜனங்கள் விஷம் என்று சொல்வது ஒவ்வொரு பாம்பின் உயிர்ச் சத்தாகும். பாம்பைக் கொன்று சமைப்பதைப் போல்தான் அதன் விஷத்தைப் பயன்படுத்துவதும், என்னால் நினைத்துக்கூட பார்க்க முடியாதது" என்றாள் கர்மபாய்.

ஆனால் மன்னன் பிடிவாதமாக இருந்தான். அவள் சொல் வதைக் கேட்பதாயில்லை. "உன் அப்பா நாகங்களின் ராஜா என்றால் அவரை இங்கே வரச்சொல். என்னிடம் நேரில் பேசச் சொல். இல்லாவிட்டால் நீ சொல்வது எதையும் நான் நம்பத் தயாராயில்லை" என்று உறுதியாகச் சொல்லிவிட்டான் மன்னன்.

கர்மபாய் பொறுமையாக, தன் தந்தை குர்மாட்டி ஏரியில் வசிப்பதாகக் கூறினாள். அந்த ஏரியின் கரையில் ஒரு பெரிய ஆலமரம் நிற்கிறது. ராஜா ஹரிஷ்சந்திரன் அந்த மரத்தை நோக்கிச் சொன்றான். எப்படியாவது நாகாராஜனைப் பார்த்து நேரில் பேசிவிட வேண்டும் என்று தீர்மானித்தான்.

தான் சொல்வதைக் கணவன் கேட்கவில்லை என்று உணர்ந்ததும் கர்மபாய் எட்டு உளுந்தை எடுத்துத் தன் உள்ளங்

கையில் வைத்தாள். பைரவ மந்திரத்தை உச்சரித்தாள். அந்தப் பயங்கர மந்திரத்தை உச்சரித்து விட்டால் பாதாளத்தில் இருக்கும் நாகராஜன் வெளியே வந்து காட்சி அளிப்பான்.

மந்திரத்தைக் கர்மபாய் உச்சரித்து முடிந்ததும் ஏரியில் தண்ணீர் பொங்கியது. அலைகள் மேலெழும்பிக் கரையை நோக்கிப் பாய்ந்தன. "அப்பா, அப்பா. இங்கே வந்து என்னை உங்களுடன் அழைத்துச் சென்றுவிடுங்கள். நான் இவருடன் இனி வாழ விரும்பவில்லை" என்று கதறினாள்.

ஏரியின் அடிப்பகுதியில் இருந்த நாகராஜன் தன் மகளின் அழுகையைக் கேட்டான். அலையைப் பிளந்துகொண்டு வெளியே வந்தான். தன் தந்தையின் வருகையைப் பார்த்ததும் கர்மபாய் மீண்டும் ஒரு தடவை தன் கணவனைப் பார்த்து, "இப்போதாவது உங்கள் பிடிவாதத்தை விட்டு விடுங்கள். நான் என் தந்தையுடன் பாதாள உலகுக்குச் சென்றுவிட்டால் அப்புறம் என்னைப் பார்க்கவே முடியாது. உங்களுடைய இந்த ராஜ்யம் அழிந்து மண்ணோடு மண்ணாகப் போய்விடும். என் அன்புள்ள ராஜாவே, வீண் பிடிவாதத்தை விட்டுவிடுங்கள். உங்கள் ராஜ்யத்தையே நாசமாக்கிவிடாதீர்கள்" என்று கெஞ்சினாள்.

தன் தவறை ஹரிஷ்சந்திரன் உணரவில்லை. பொறாமை கொண்ட மற்ற ராணிகளாலும் ஆசைநாயகிகளாலும் மனம் மாற்றப்பட்ட அவன் தன் அழகிய மனைவியின் வேண்டு கோளையும் மீறி நாகராஜனை எதிர்கொள்ளத் தயாராகி விட்டான்.

நாகராஜன் வெளிப்பட்டான். எவ்வளவு பயங்கர உருவம்! ஐந்து படங்களும் கம்பிரமாக எழுந்து நின்றன. கர்மபாய் நீர்மேல் நடந்து அதை நோக்கிச் சென்றாள். பாம்பின் ஐந்து படங்களும் அவளை அப்படியே அணைத்துக்கொண்டன. பின் மெதுவாக நீருக்குள் மூழ்கத் தொடங்கியது. அது மறைந்ததும் கோமதி ஏரியின் கரை உடைந்து தண்ணீர் ஊரெங்கும் பரவியது.

அப்போதுதான் ஹரிஷ்சந்திரன் உண்மையை உணர்ந்தான். தன் மனைவியின் பெயரைக் கூறி உரக்க அழைத்தான். திரும்ப வரும்படிக் கேட்டுக்கொண்டான். ஆனால் அவள் வரவேயில்லை.

இன்றும் கர்மபாயும் நாகராஜனும் சென்ற பாதை 'நாக்தாரோ சேஷ நாக்' என்று அழைக்கப்படுகிறது. ராஜாவின் பிடிவாதத்தாலும் ராணியின் சாபத்தாலும் அந்த நாடே அழிந்து விட்டது. நாகராஜன் அந்த இடத்தை விட்டு அரபிக்கடலுக்குச் சென்றுவிட்டதாகக் கூறினார்கள். ஆனால், பழைய நினைவுக் காக அதன் வால் ஷாம்லாஜியைத் தொட்டுக்கொண்டிருப்பதாக

    மரிஜா ஸ்ரெஸ்

வும் தலை மும்பையில் இருப்பதாகவும் சொல்கிறார்கள். இதனால்தான் வருடந்தோறும் மும்பையில் அதிக மழை பெய்கிறது. ஷாம்லாஜி ஒரு வறண்ட பூமியாக ஒரே ஒரு சிறிய ஏரியுடன் காட்சி அளிக்கிறது. கர்மபாயின் சாபத்தால் அந்த இடம் மண்மூடிக் கிடக்கிறது.

பாம்பு அளித்த பரிசு

ஒரு குடியானவன் தன் மனைவி, மகளுடன் வசித்து வந்தான். மகளிடம் அவனுக்கு மிகவும் பிரியம். மனைவி இறந்ததும் அவன் இன்னொரு திருமணம் செய்துகொண் டான். சித்தி ரொம்பக் கொடுமைக்காரி. அந்தப் பெண்ணைப் பட்டினி போட்டாள். உணவோ தண்ணீரோ கொடுக்காமல் மாடு மேய்க்க அனுப்பினாள். பெண் மிகவும் கவலைப்பட்டாள். தன் தலையெழுத்து இப்படி இருக்கிறதே என்று கண்ணீர் வடித்தாள்.

ஒருநாள் அவள் மாடு மேய்த்துக் கொண்டிருக்கும் போது ஒரு பாம்பு அவளை நோக்கி வேகமாக வருவதைப் பார்த்தாள்.

பாம்பு அவளைப் பார்த்து, "என்னை எங்காவது மறைத்து வை. ஒரு பாம்பாட்டி என்னைப் பிடிக்க வந்துகொண்டிருக்கிறான். அகப்பட்டுக்கொண்டால் ஆயுள் முழுதும் அவனிடம் கைதியாக இருக்க வேண்டியது தான். என்னைக் கொன்றும் போடுவான். எப்படியாவது என்னைக் காப்பாற்று" என்றது.

பெண்ணுக்கு ஏதோ சந்தேகம். "உன்னை மறைத்து வைக்க இடம் இல்லையே. கூடை இல்லை, துணி இல்லை. அதுபோக, அப்புறம் நீ என்னைக் கடிக்கமாட்டாய் என்பது என்ன நிச்சயம்?" என்று கேட்டாள்.

"உன்னைக் கடிக்கவே மாட்டேன். இது சத்தியம். ஒரு காரியம் செய். உன் வாயைத் திற. நான் உன் வயிற்றுக்குள் போய் மறைந்துகொள்கிறேன்" என்றது பாம்பு.

பெண் ஒருவழியாகச் சம்மதித்தாள். அவள் வாயைத் திறந்ததும் பாம்பு உள்ளே நுழைந்து அவள் வயிற்றுக்குள்

போய்விட்டது. சற்று நேரத்தில் பாம்பாட்டி அங்கே வந்தான். ஒரு பாம்பு அங்கே வந்ததைப் பார்த்தாயா என்று பெண்ணிடம் கேட்டான். இல்லையே என்றாள் அவள். பாம்பாட்டிக்குச் சந்தேகம்தான். ஆனால் என்ன செய்வது? வந்த வழியே போய் விட்டான். பிறகு அந்தப் பெண் தன் வாயைத் திறந்ததும் பாம்பு வெளியே வந்துவிட்டது.

"என் உயிரைக் காப்பாற்றினாயே, உனக்கு ரொம்ப நன்றி அம்மா" என்றது பாம்பு. "உனக்கு ஏதாவது பரிசு அளிக்க விரும்புகிறேன். உன்னைப் பார்த்தால் ரொம்பவும் வருத்தத்தில் இருப்பதாகத் தெரிகிறது. ஏன்? என்ன சங்கதி?" என்று கேட்டது.

பெண் 'ஓ'வென்று அழத்தொடங்கிவிட்டாள். வீட்டில் தான் படும் கஷ்டங்களையெல்லாம் பாம்பிடம் சொன்னாள்.

அவள் சொல்வதையெல்லாம் கவனமாகக் கேட்டது பாம்பு. "உன் சித்தியை என்னால் ஒன்றும் செய்ய முடியாது. ஆனால் உன் பசியைப் போக்க என்னால் முடியும்" என்றது.

பிறகு அவளிடம் அருகிலுள்ள வயலிலிருந்து இரண்டு நெற் கதிர்களைக் கொண்டுவரச் சொல்லிற்று. அவள் கொண்டு வந்ததும் அவளிடம், "உனக்கு எப்போதெல்லாம் உணவு தேவையோ உடனே இந்தக் கதிர்களை ஒன்றோடொன்று உரசியபடி நான் சொல்லும் மந்திரத்தைச் சொல். உனக்கு என்ன வேண்டுமோ அது உடனே கிடைத்துவிடும்" என்று சொல்லிவிட்டு ஒரு மந்திரத்தை அவள் காதில் சொன்னது. பிறகு காட்டிற்குள் சென்று மறைந்துவிட்டது.

அவளுக்குக் கொஞ்சம் சந்தேகம்தான். இருந்தாலும் பாம்பு சொல்லியபடியே நெற் கதிர்களை உரசி, மந்திரத்தைச் சொல்லி, பால் வேண்டும் என்றாள். என்ன ஆச்சர்யம்! ஒரு குடம் நிறைய நல்ல பால் அங்கே தோன்றியது. திகைத்துப் போன அந்தப் பெண் கொஞ்சம் இனிப்புப் பலகாரங்கள் வேண்டும் என்றாள். உடனே அதுவும் அங்கே வந்துவிட்டது.

அப்புறம் அந்தப் பெண்ணுக்குப் பசி பற்றிய கவலையே இல்லை. மாடு மேய்க்கும் போதெல்லாம் விரும்பிய உணவு கிடைத்து வந்தது. சித்திக்காரிக்குப் பெண்ணின் உடல் நன்றாகத் தேறி வருவதைப் பார்த்துச் சந்தேகம். காட்டில் உள்ள யாராவது பையன் அவளைச் சிநேகம் பிடித்து அவளுக்கு உணவு கொடுக் கிறானோ என்று நினைத்தாள்.

நாட்கள் கடந்தன. பெண் தினசரி மாட்டை மேய்ப்பதற் காகக் காட்டுக்குச் சென்றுகொண்டிருந்தாள்.

ஒருநாள் அந்த நாட்டு மகாராஜா வேட்டையாடுவதற்காக அந்தக் காட்டுக்கு வந்தார். வேட்டை ஒன்றும் கிடைக்கவில்லை.

நல்ல வெயில் நேரம். களைப்பும் தாகமும் ஏமாற்றமுமாக அவர் தவித்தார். தன்னுடன் வந்த சேவகர்களிடம் எங்கிருந்தாவது நல்ல தண்ணீர் கொண்டுவரும்படி உத்தரவிட்டார்.

பாவம், அந்தச் சேவகர்கள் காடு பூராவும் சுற்றி அலைந்தனர். எங்குமே தண்ணீர் கிடைக்கவில்லை. திடீரென்று ஒரு சேவகன் மாடு மேய்த்துக்கொண்டிருக்கும் ஒரு பெண் தண்ணீரால் தன் கால்களைக் கழுவிக்கொண்டிருப்பதைப் பார்த்தான். மகிழ்ச்சியுடன் அவளை நோக்கி ஓடினான். அவன் வருவதைக் கண்ட அந்தப் பெண் ஒரு மந்திரத்தைச் சொல்ல, உடனே அந்தத் தண்ணீர் இருந்த இடமே தெரியாமல் மறைந்துவிட்டது.

சேவகனுக்கு ஒரே ஆச்சரியம்.

"கொஞ்சம் முன்னே இங்கே தண்ணீர் இருந்ததைப் பார்த்தேனே" என்றான் அவளிடம். "நீ காலைக் கழுவிக் கொண்டிருந்தாயே."

அவள் தலையை அசைத்தாள். "எனக்கொன்றும் தெரியாது" என்றாள்.

சேவகன் சற்று அதிகாரத்துடன். "எங்கேயிருந்து உனக்குத் தண்ணீர் கிடைத்தது என்பதைச் சொல்லிவிடு. இல்லா விட்டால்..." என்றான்.

அவளுக்குக் கொஞ்சம் தைரியம் வந்துவிட்டது. "இல்லா விட்டால் என்ன செய்வாய்? தண்ணி கொண்டு போகா விட்டால் ராஜா உன்னைத்தான் சவுக்கால் அடித்து விளாசு வார்" என்றாள்.

சேவகன் கெஞ்சினான். "எப்படியாவது என்னைக் காப்பாற்று. நீ சொல்வது உண்மைதான். எனக்குத் தண்டனை தான் கிடைக்கும். எப்படியாவது தண்ணீர் இருக்கும் இடத்தைச் சொல். இந்தத் தங்க நாணயத்தைத் தருகிறேன்" என்றான்.

"இந்தத் தங்கத்தை வைத்துக்கொண்டு நான் என்ன செய்ய?" என்றாள் அவள்.

"நீ எனக்குத் தங்கை மாதிரி. என் உயிரைக் காப்பாற்று. எப்படியாவது தண்ணி கிடைக்கும் இடத்தைக் காட்டு" என்று மீண்டும் கெஞ்சினான். அவளுக்கு இரக்கம் வந்துவிட்டது. பாம்பு சொல்லித் தந்த மந்திரத்தைக் கூறியதும் ஒரு பானை நிறையத் தண்ணீர் வந்துவிட்டது. அதை அந்தச் சேவகனிடம் கொடுத்துவிட்டுச் சொன்னாள்:

"கவனமாகக் கேள். இந்தத் தண்ணீரை முதலில் ராஜா குடிக்கட்டும். வேண்டுமானால் குளிக்கக்கூடச் செய்யலாம்.

பிறகு நீயும் குடிக்கலாம். மீதியுள்ளதைக் குதிரைகளுக்கும் கொடு. ஆனால் ஒரு விஷயம். இன்னும் கொஞ்சம் தண்ணீர் அதில் மீதி இருக்கும். அதை அப்படியே என்னிடம் கொண்டு வந்து தந்துவிட வேண்டும். புரிந்ததா?"

அவள் கூறிபடியே அந்தச் சேவகன் செய்தான். ராஜா வயறு நிறையத் தண்ணீரைப் பருகினார். அப்புறம் அவர் குளிப்பதற்கும் அதில் தண்ணீர் இருந்தது. பிறகு அரசருடன் வந்த சேவகர்கள் குடித்தனர். குதிரைகளுக்கும் கொடுத்தனர். அதன் பிறகும் பானையில் தண்ணீர் மீதி இருந்தது. அதைக் கொண்டுபோய் அந்தப் பெண்ணிடம் கொடுத்தான் அந்தச் சேவகன்.

ராஜாவுக்கு ஒரே வியப்பு. சேவகனிடம், "தண்ணீர் எங்கிருந்து கொண்டு வந்தாய்?" என்று கேட்டார். அவன் சொன்னதும், "அந்தப் பெண்ணை இங்கே அழைத்து வா" என்று கட்டளையிட்டார்.

அவள் வந்ததும் ராஜா அவளைப் பற்றியும் அவள் குடும்பத்தைப் பற்றியும் விசாரித்தார். அவள் எல்லா விவரங் களையும் சொன்னாள்.

"எங்களுக்கு நல்ல பசி. ஏதாவது உணவு தர முடியுமா?" என்று கேட்டார் அந்தப் பெண்ணிடம்.

அவள் ராஜாவையும் அவர் கூட வந்தவர்களையும் உட் காரச் சொல்லிவிட்டு மந்திரத்தை உச்சரித்தவுடன் விதவிதமான உணவுகள் அங்கே தோன்றின. ராஜாவுக்கு ஒரே ஆச்சரியம். "உன் அப்பாவைப் பார்க்க வேண்டுமே" என்றார். அவள் ராஜாவைத் தன் வீட்டுக்கு அழைத்துச் சென்றாள்.

அவள் தந்தை ராஜாவின் காலில் விழுந்து வணங்கினான். ராஜா அவனைத் தூக்கி நிறுத்தி விட்டு, "நான்தான் உங்கள் காலில் விழ வேண்டும். உங்கள் மகள் எங்கள் உயிரைக் காப்பாற்றியிருக்கிறாள். எனக்கும் என் சேவகர்களுக்கும் உணவும் தண்ணீரும் தந்திருக்கிறாள். அவளைத் திருமணம் செய்து கொள்ள விரும்புகிறேன்" என்றார்.

"அவள் வளர்ந்த பெண். அவளிடமே கேட்டுக் கொள்ளுங் கள்" என்றான் அவன். பெண் மகிழ்ச்சியுடன் தன் சம்மதத்தை தெரிவித்தாள். இவ்விதமாக ஓர் ஏழைப் பெண் ராணி ஆகி விட்டாள். பாம்பு அளித்த வரம் அவள் வாழ்க்கையையே மாற்றிவிட்டது.

அந்தச் சித்தி என்ன ஆனாள்? வேறென்ன, காட்டில் வாழ்நாள் முழுதும் மாடு மேய்த்துக்கொண்டிருந்தாள்.

ೞ ഇ

புல்வந்தி

முன்னொரு காலத்தில் ஒரு கிராமத்தில் மாகன், தீரா என்று இரண்டு சகோதரர்கள் வசித்து வந்தனர். அது ஒரு செழிப்பான பூமி. அவர்கள் இருவரும் விவசாயிகள். மூத்தவன் மாகனுக்குத் திருமணம் ஆகிவிட்டது. இளையவனுக்கு இன்னும் ஆகவில்லை.

ஒருநாள் தீரா தன் அண்ணியிடம், "என்னைக் குளிப்பாட்டி விடுவாயா?" என்று கேட்டான். அவளும் சம்மதித்தாள். குளிப்பாட்டுகையில் அவள் அவனுடைய முதுகைத் தேய்த்துக்கொண்டிருக்கும் போது, தீரா அவளிடம், "அண்ணி, உன் கைகள் ஏன் இப்படி கல் போல் சொரசொரவென்றிருக்கிறது?" என்று கேட்டான். அவளுக்குக் கோபம் வந்துவிட்டது. "உன் முதுகை மெதுவாகத் தடவ வேண்டுமானால் வேறு பெண்ணைப் பார்த்துக் கல்யாணம் பண்ணிக் கொள்" என்றாள்.

தீரா சிந்திக்கத் தொடங்கினான். சில தினங்களுக்குப் பின் ஒரு மனைவியைத் தேடி வீட்டை விட்டுப் புறப்பட்டுவிட்டான். அவன் ஓர் அழகான வாலிபன். எனவே ஒரு அழகான பெண் கிடைப்பது அவ்வளவு சிரமம் ஒன்றும் இராது என்று நினைத்துக் கொண்டான். ஆனால் பெண்ணை எங்கே போய்த் தேடுவது!

கிராமப்பகுதி ஒன்றில் அவன் சென்று கொண்டிருந்த போது ஒரு ஆற்றங்கரையை அடைந்தான். ஆற்றில் சில இளம் பெண்கள் குளித்துக் கொண்டிருந்தனர். அவர்கள் உடம்பில் ஆடைகள் ஏதும் இல்லை. சிரித்துக்கொண்டும் ஒருவர்மீது ஒருவர் தண்ணீரை வீசிக்கொண்டும் நீந்திக் கொண்டும் தொட்டுப் பிடித்து விளையாடிக்கொண்டு மிருந்தனர். அவர்களின் இளம் கறுப்பு மேனியையும் விம்மிய மார்பையும் இளம் சூரிய ஒளியில் மின்னும்

சருமத்தையும் பார்த்து அவன் உள்ளத்தில் உஷ்ணம் ஏறியது. அவர்கள் கோவாலியத் இளம்பெண்கள் என்று தோன்றியது. "இவர்களில் ஒருத்தியை மனைவியாக்கிக்கொள்ள வேண்டும்" என்று தனக்குள் சொல்லிக்கொண்டான். திடீரென அவனுக்கு ஒரு யுக்தி தோன்றியது. யாரும் பார்க்காமல் கரையில் இருந்த அந்தப் பெண்களின் உடைகளில் ஒன்றை எடுத்து ஒரு புதரில் மறைத்து வைத்தான். இந்த உடைக்கு உரியவள் அதைத் தேடி வருவாள். அப்போது அவளை அண்மையில் பார்க்கலாம். எனக்குப் பிடித்திருந்தால், என்னைக் கல்யாணம் செய்து கொள்ள விருப்பமா என்று அவளிடம் கேட்கலாம் என்று நினைத்தான். அந்தப் புதரில் மறைந்துகொண்டு அவள் உடையை ஒரு பக்கமாகத் தொங்கவிட்டான்.

சற்று நேரத்தில் அந்தப் பெண்கள் குளித்துவிட்டுக் கரை ஏறினார்கள். உடைகளை அணியத் தொடங்கினார்கள். ஒரு பெண் தன் உடைகளைத் தேடத் தொடங்கினாள். மற்றப் பெண்களும் அவளுடன் தேடினர். புதரின் அருகில் அவளுடைய துப்பட்டா தொங்குவதை அந்தப் பெண் பார்த்தாள். அவள் புதரை அணுகியதும் உள்ளே அந்த வாலிபன் ஒளிந்திருப்பதைக் கண்டாள்.

"யார் நீ! கொடு என் உடைகளை" என்றாள் அந்தப் பெண். அவள் உண்மையிலேயே நல்ல அழகி என்பதைக் கவனித்தான் தீரா. அழகிய நீண்ட கருங்கூந்தல். பளிச்சென்ற மேனி. உருண்டு திரண்ட மார்புகள். துள்ளித்திரியும் புள்ளி மான்போல் அவள் அவன் எதிரே நின்றாள். அவள் தோற்றத்தில் ஓர் உறுதி தென்பட்டது. அவன் மனம் அவளிடம் சென்றது.

"இதோ உன் துணிகளை எடுத்துக்கொள்" என்றான், அவள் உடையை நீட்டியபடியே. "ஆனால் ஒரு சின்ன வேண்டு கோள். என்னைக் கட்டிக்க உனக்குச் சம்மதமா?"

அவள் அவனை நேரே பார்த்தாள். அழகானவன். சற்றுக் கறுப்புத்தான். பரந்த மார்பு. உடல் திண்ணென்றிருக்கிறது. கண்கள் அவன் ஒரு புத்திசாலி என்பதைக் காட்டியது. அவனைப் பார்த்துப் புன்னகைத்துக் கொண்டே, "சரி" என்றாள்.

தீராவின் மனம் மகிழ்ச்சியில் துள்ளியது. அவளிடம் உடையைக் கொடுத்தான். அந்தப் பெண் யாராயிருப்பாள்!

"என் பெயர் தீரா. உன் பெயர்?" என்று கேட்டான்.

"பூலி" என்றாள் அவள்.

அவள் புல்வந்தி ராணி. மலர்களின் இளவரசி.

"வா என் பூலி. நாம் என் கிராமத்துக்குப் போகலாம்."

அவனது கிராமத்தை நோக்கி இருவரும் நடந்தனர். வெகு தொலைவில் இருந்தது அந்தக் கிராமம். நல்ல வெயில் நேரம். அசதியும் தாகமுமாக அவர்கள் களைப்படைந்துவிட்டனர். வழியில் தென்பட்ட ஒரு கிணற்றருகே அவர்கள் நின்றனர்.

அதில் தண்ணீர் இறைத்து பூலி அவனுக்குக் கொடுத்துத் தானும் குடித்தாள். பக்கத்தில் ஓர் ஆலமரம் இருந்தது. இருவரும் அதன் நிழலில் அமர்ந்தனர். "என்ன அவசரம்? சற்று நேரம் இந்த நிழலில் இருந்துவிட்டுப் போகலாம்" என்றான் தீரா.

பூலியின் மடியில் தலை வைத்துப் படுத்துக்கொண்டான் தீரா. "உன் அழகிய விரலால் என் தலையைக் கோதிக் கொடு" என்றான். அவளும் அவன் தலையை வருடினாள். அவன் கன்னங்களையும் மார்பையும் தடவிக் கொடுத்தாள். அந்தச் சுகத்தில் லயித்தபடி அவன் உறங்கிவிட்டான். அவன் தூங்கி விட்டதை அறிந்ததும் பூலி அவனை முத்தமிட்டு விட்டு அவள் அருகில் படுத்துக்கொண்டாள். அவன் தலையைத் தன் கைக்கு அடியில் வைத்தபடி அவனை மெதுவாகத் தாலாட்டினாள். நீண்ட நேரமாக இருவரும் அங்கேயே படுத்திருந்தனர்.

அங்கே மாட்டுச்சாணம் சேகரிக்க வந்த ஒரு கிராமப் பெண் அவர்களைப் பார்த்துக்கொண்டிருப்பதை இருவரும் கவனிக்கவில்லை. தீரா நல்ல உறக்கத்தில் ஆழ்ந்தவுடன் அவள் பூலியின் அருகே வந்து இனிமையான குரலில், "ஆஹா, இந்த உடையில் நீ எவ்வளவு அழகாக இருக்கிறாய். உன் உடையை நான் அணிந்து பார்க்கட்டுமா? நீ என் உடையைப் போட்டுக் கொள். அந்த மாற்று உடைகளில் நாம் எப்படியிருக்கிறோம் என்று பார்க்கலாம்" என்றாள்.

'நல்ல ஐடியா' என்று நினைத்தாள் பூலி. அப்படியே செய்வோம் என்று சொல்லிவிட்டு இருவரும் தங்கள் உடை களை மாற்றி அணிந்துகொண்டனர். ஒருவரை ஒருவர் பார்த்து மகிழ்ச்சியுடன் சிரித்துக்கொண்டனர்.

"என் பெயர் காளி" என்றாள் கிராமத்துப் பெண்.

"நான் பூலி" என்றாள் தீராவின் மணப்பெண்.

"வா, நாம் நம் உருவத்தை இந்தக் கிணற்று நீரில் பார்க்கலாம். வேடிக்கையாக இருக்கும்" என்றாள் காளி.

"சரி" என்றாள் பூலி. இருவரும் கிணற்றுக்குச் சென்று, எட்டிப் பார்த்து, கிணற்றின் நிர்மலமான நீரில் தங்கள் நிழல்களை நோக்கிக் கோணங்கி செய்து சிரித்தனர். திடீரெனக் காளி ஒரு பாம்பின் வேகத்துடன் பின்னால் திரும்பி பூலியைக் கிணற்றுக்குள் தள்ளிவிட்டாள். அவள் தலை குப்புறத் தண்ணீரில் விழுந்து மூழ்கிப் போனாள்.

                    மரிஜா ஸ்ரெஸ்

காளி தூங்கிக் கொண்டிருந்த தீராவின் அருகே சென்று அவன் அருகே படுத்துக்கொண்டாள். அவன் தலைக்கடியில் தன் கையை வைத்தபடி அவனைத் தழுவிக் கொண்டாள். அவள் கை பூலியுடையது போல் மிருதுவாக இல்லை. சொர சொரப்பாக இருந்தது. எனவே அவள் ஸ்பரிசம் பட்டதுமே தீரா விழித்துவிட்டான். "என் இதய ராணி, ஏன் உன் பட்டுப் போன்ற கை இப்படிச் சொரசொரவென்று இருக்கிறது?" என்றான் தூக்கக் கலக்கத்தில்.

"அப்படியொன்றும் இல்லை" என்றாள் காளி. "ஏதோ தூக்கத்தில் உங்களுக்கு அப்படித் தோன்றுகிறது."

தூங்கிக்கொண்டிருக்கும்போது என்ன நடந்தது என்றே தெரியாத தீரா விழித்ததும் அவளை அழைத்துக்கொண்டு வீட்டுக்குச் சென்றான். அவளுடன் இரவைக் கழித்தான்.

அதிகாலையில் வழக்கம் போல் கிணற்றில் நீர் எடுக்க வந்த கிராமத்துப் பெண்கள் அதில் ஓர் அற்புதமான மலர் மிதந்துகொண்டிருப்பதைக் கண்டு அதிசயப்பட்டனர். உடனே அந்தச் செய்தி கிராமம் முழுக்கப் பரந்தது. அடுத்த கிராமங் களுக்கும் சென்றது. ஆண்களும் பெண்களுமாகக் கிணற்றங்கரை யில் கூடி அந்த அபூர்வ மலரின் அழகைக் கண்டு வியந்தனர்.

காலைக் கடன்களை முடித்துவிட்டு வந்த தீராவும் அந்தச் செய்தியைக் கேள்விப்பட்டான். பூலியிடம், "கிணற்றில் ஏதோ பூ மிதப்பதாக எல்லோரும் சொல்கிறார்களே, நீ பார்த்தாயா?" என்று கேட்டான்.

"அது ஒன்றும் அதிசயமில்லை" என்றாள் காளி. "எனக்கு வேலை இருக்கிறது, ரொட்டி சுட வேண்டும். கறி வைக்க வேண்டும்" என்றாள்.

தீரா தன் அண்ணன் மாகனை அழைத்துக்கொண்டு அந்த அதிசயப் பூவைப் பார்க்கச் சென்றான். நிர்மலமான பச்சைப் பசேலென்ற நீரில் பூ மிதந்துகொண்டிருந்தது. அதைப் பார்த்த மாகன், "எவ்வளவு அழகான பூ, எனக்கு அது வேண்டும்" என்றான். குனிந்து அதைத் தொட முயன்றபோது அது தண்ணீருக்குள் மறைந்துவிட்டது. கை நனைந்ததுதான் மிச்சம். ஆனால் அவன் கையை வெளியே எடுத்ததும் மீண்டும் அந்தப் பூ தோன்றி நீரில் மிதக்கத் தொடங்கியது. தீரா, "நான் பார்க் கிறேன்" என்று சொல்லிவிட்டு அதைப் பறிக்கக் கையை நீட்டினான். என்ன அதிசயம்! அந்தப் பூ தானாக அவன் கை அருகே வந்தது. தீரா அதன் காம்பை ஒடித்து, பூவைப் பறித்து, தன் காதில் வைத்துக்கொண்டான் – தீபாவளியன்று எல்லோரும் செய்வதைப் போல. பிறகு சற்றுக் கர்வத்துடன் வீட்டை நோக்கி நடந்தான்.

"சீ, நன்றாகவே இல்லை" என்றாள் காளி அவனைப் பார்த்ததும். "நீ என்ன ராஜகுமாரனா, பூவெல்லாம் அணிந்து கொள்வதற்கு?" என்றாள்.

அவளுக்குத் தெரியும் உண்மையில் அந்தப் பூ யாரென்று. தீராவுக்கும் பூலிக்கும் எந்தத் தொடர்பும் இருக்கக்கூடாது என்று நினைத்தாள்.

அவள் சொன்னது தீராவுக்கு மனவருத்தத்தை ஏற்படுத் திற்று. மீண்டும் காளி அவனிடம், "அதைக் கொண்டு அந்தச் சாணக் குவியலில் போடு. உனக்கு அது வேண்டாம்" என்றாள்.

தீரா வருத்தத்துடன் பூவைச் செடிகளுக்கிடையே எறிந்து விட்டுச் சாப்பிட உட்கார்ந்தான்.

மறுநாள் காலை, மாகனின் மனைவி மானி வீட்டை விட்டு வெளியே வந்ததும் செடிகொடிகளுக்கிடையில் ஒரு பெரிய கத்திரிக்காய் முளைத்திருப்பதைப் பார்த்தாள். அதைக் கண்டதுமே அவள் வாயில் நீர் ஊறிற்று. "காளி, காளி, இங்கே வந்து பார்" என்று கத்தினாள்.

"இன்னொரு கறிவைக்க நல்ல ஒரு கத்திரிக்காய் கிடைத் திருக்கிறது. அதைப் பறித்து உடனே நறுக்கி வை."

காளிக்கு மனசில்லை. ஏதோ மாயாஜாலமாக இருக்கலாம். ஆனால் மானி சொல்வதைத் தட்டவும் முடியவில்லை. அதைப் பறித்து, துண்டு துண்டாக நறுக்கி அடுப்பில் கொதிக்கும் நீரில் போட்டாள். உடனே அந்தக் கத்திரிக்காய் கதறத் தொடங் கியது. "ஏ காளி, சண்டாளி. கருங்குரங்கு ராட்சசி, இரக்கமில்லாத பிசாசே" என்று திட்டியது. பயந்துபோன காளி, யாரும் இந்தக் கத்தலைக் கேட்பதற்குமுன், அதை அப்படியே பானையோடு எடுத்து ரோட்டின் அருகில் உள்ள குப்பைக் குழியில் வீசி எறிந்தாள். "போய் ஒழி சனியனே. கத்திரிக்காய் பூலி, இப்போது நன்றாகப் பாடு" என்றாள்.

அடுத்த நாள் காலை மாகன் வேலைக்குக் கிளம்பியபோது ரோட்டருகே உள்ள குப்பைக் குழியில் ஒரு பெரிய மஞ்சள் நிற பூசணிக்காய் முளைத்திருப்பதைப் பார்த்து ஆச்சரியப் பட்டான். அதைப் பறித்தான். என்ன கனம்! நேரே வீட்டுக்குக் கொண்டு போனான். "என்ன கொண்டு வந்திருக்கிறேன், பார்! இன்றைக்கு நமக்குப் பூசணிக்காய் சமையல்தான்" என்றான். தீரா, மானி, எல்லோரும் அந்தத் தங்க நிறப் பூசணிக் காயைப் பார்த்து வியந்தனர். ஆனால் காளிக்கு மட்டும் அது எப்படி வந்தது என்பது புரிந்துவிட்டது.

அதைத் துண்டுதுண்டாக நறுக்கினாள். அடுப்பில் கொதிக்க வைத்தாள். அது கத்தத் தொடங்கியது. "காளிப் பிசாசே, திருட்டுக் கள்ளி. என் உடைகளைத் திருடினாய். என் புருஷனை

யும் எதற்காகத் திருடிக்கொண்டாய்?" இதைக் கேட்டதும் பயந்து போன காளி அந்தச் சட்டியை அப்படியே தூக்கிக் கொண்டுபோய் வயல்கள் அருகே ஓடும் நதியில் எறிந்துவிட்டாள். "போய் ஒழி பூசணிப் பிசாசே" என்றாள்.

அடுத்த நாள் காலையில் ஆற்றங்கரையில் ஒரே கூட்டம். யாரோ தீராவிடம் ஓடி வந்து, "வா, வந்து பார், உன் வயலில் என்ன முளைத்திருக்கிறது பார்" என்று சொல்லி அவனை அழைத்துக்கொண்டு விரைந்தனர். மாகனும் அவர்களுடன் சென்றான். காளி பூசணிக்காய்ச் சட்டியை எறிந்த கரையில் ஓர் அழகிய பெரிய மாமரம் வளர்ந்திருக்கிறது. பச்சை இலை களும் நீண்ட கிளைகளுமாக அது காட்சி அளித்தது. எல்லோரும் அதைப் பார்த்து ஆச்சரியப்பட்டனர்.

ஐந்து நாட்களில் அந்த மாமரம் காய்த்துக் குலுங்கியது. எங்கு பார்த்தாலும் பழங்கள். கிராமத்துக்குச் செல்லும் வழியில் அந்த மரம் நின்றதால் போய் வரும் ஆட்கள் அதைப் பறிக்கத் தொடங்கினர். தீராவின் வயலில் நிற்கும் மாமரத்தின் பழங்கள் மிகவும் இனிமையாக இருக்கும் செய்தி பக்கத்து ஊர்களிலும் பரந்தது.

காளியும் அதைப் பார்க்கச் சென்றாள். எல்லோரும் பழங்களைப் பறித்துக்கொண்டிருந்தனர். காளி கையை நீட்டி ஒரு பழத்தைப் பறிக்க முயன்றாள். உடனே மரம் ஆடத் தொடங்கிவிட்டது. கிளைகள் பலமாக அசைந்தன. மாம்பழங்கள் பொத்துப் பொத்தென்று அவள்மேல் விழத் தொடங்கின. அவள் முகம், தலை, முதுகு என்று எல்லாம் பழங்கள் விழுந்தன. அவள் குனிந்து அவற்றைத் தடுக்க முயன்றாள். என்ன செய்தும் அந்தத் தாக்குதலைச் சமாளிக்க முடியவில்லை. கிளைகள் குனிந்து அவள் கைகளிலும் கால்களிலும் மோதின. உடலெங்கும் சிராய்ப்பும் காயமும். தாங்க முடியாமல் அங்கிருந்து ஒரே ஓட்டமாக ஓடி அடுக்களையில் போய் விழுந்தாள். உடலெங்கும் காயம். முகம் வீங்கிவிட்டது. கோபத்தாலும் வலியாலும் அழத் தொடங்கினாள். அப்போது தீரா அங்கு வந்தான்.

"என்ன விஷயம்? சமையல் வேலையைப் பார்க்காமல் படுத்துக் கிடக்கிறாயே" என்று கேட்டான்.

"பார் என் உடம்பை. மாம்பழம் பறிக்கப் போனபோது கீழே விழுந்துவிட்டேன். நல்ல அடி. பாழாய்ப் போன மாமரம். அதை உடனே வெட்டிப் போட்டு விடு" என்றாள் ஆத்திரத் துடன்.

"என்ன அழகான மரம்! அதைப் போய் வெட்டச் சொல் கிறாயே! அதன் பழங்கள்தான் எவ்வளவு சுவையாக இருக்கிறது!" என்றான் தீரா.

"அதெல்லாம் எனக்குத் தெரியாது. போய் உடனே வெட்டு கிறாயா இல்லையா? சாபம் பிடித்த மாமரம்" என்று கத்தினாள்.

விருப்பமின்றிக் கோடரியை எடுத்துக்கொண்டு மாமரத்தை நோக்கி நடந்தான். வழியில் நிறைய பேர் கூடைகளில் மாம்பழங் களை நிரம்பிக்கொண்டு சிரித்தபடியே வருகிறார்கள். மாமரத்தின் அடியில் பெரிய கூட்டம். எல்லோருக்கும் கிடைக்கும் அளவுக்கு மரத்தில் பழங்கள் தொங்கின. மரத்தை வெட்டப் போவதாக தீரா சொன்னதும் எல்லோரும் வருத்தப்பட்டனர்.

"எல்லோரும் கொஞ்சம் தள்ளி நில்லுங்கள். வெட்டப் போகிறேன்" என்றான் தீரா. கோடரியை உயர்த்தியதும் யாரோ கூட்டத்திலிருந்து கத்தினார்கள். "கொஞ்சம் பொறு. இந்தக் கிழவிக்கு பழங்கள் எதுவும் கிடைக்கவில்லை."

கூட்டத்தை விலக்கிக்கொண்டு ஒரு கிழவியும் அவள் மகனும் வேகமாக மரத்தை நோக்கி வந்தார்கள். கிழவியின் பெயர் பாலு. மகன் பெயர் பீரு. பாம்பாட்டி இனத்தைச் சேர்ந்தவர்கள்.

எல்லோரும் அவர்களுக்கு வழிவிட்டனர். ஆனால் பழங்கள் தான் இல்லை. கிளைகளும் தரையும் வெறிச்சென்றிருந்தன. கிழவிக்கு ஒரே ஏமாற்றம்.

பீரு அங்குமிங்குமாகக் கிளைகளுக்கிடையிலும் தரையிலும் தேடினான். எப்படியோ இலைகளுக்கு இடையே மறைந்திருந்த ஒரு பழம் அவன் கண்ணில் பட்டுவிட்டது. "அம்மா, இதோ கடைசிப் பழம்" என்றான்.

அவன் அதைப் பறித்துத் தாயிடம் கொடுத்தான். அது இன்னும் பழுக்கவில்லை. காயாக இருந்தது. ஆனாலும் பாலுக்கு வருத்தமில்லை. தீராவைப் பார்த்து, "இதை நாங்கள் எடுத்துக் கொள்கிறோம்" என்றாள். வீட்டில் மகனிடம், "இதை ஒரு மண் பானையில் போட்டுவை பழுத்து விடும்" என்றாள். பீரு அவ்விதமே செய்தான்.

மறுநாள் காலையில் பீருவும் அவள் தாயார் பாலுவும் பிச்சை எடுக்கச் சென்றுவிட்டனர். அவர்கள் போனதும் பானை யின் உள்ளே இருந்த மாம்பழம் ஓர் அழகிய பெண்ணாக மாறியது. அவள் பானையை விட்டு வெளியே வந்தாள். வீட்டைப் பெருக்கிச் சுத்தம் செய்தாள். அம்மாவுக்கும் பிள்ளைக்கும் சாப்பிடச் சுவையான சமையல் செய்து வைத்தாள். பின்னர் மாம்பழமாக மாறிப் பானைக்குள் மறைந்து கொண்டாள். பாலுவும் பீருவும் திரும்பி வந்ததும் என்ன அதிசயம்! ஒரு சமையல் அவர்களுக்காகக் காத்திருக்கிறது. வீட்டு வேலைகள் எல்லாம் செய்து முடிக்கப்பட்டிருந்தன.

                              மரிஜா ஸ்ரெஸ்

யார் இதையெல்லாம் செய்தது என்று அவர்கள் ஆச்சரியப் பட்டனர். பக்கத்து வீடுகளில் விசாரித்தார்கள். சரியான பதில் கிடைக்கவில்லை. பிறகு சாப்பிட அமர்ந்தார்கள். இது தினசரி நடைபெற்று வந்தது. ஒருநாள் பீரு இதைக் கண்டுபிடிக்க வேண்டும் என்று தீர்மானித்தான்.

மறுநாள் காலை அவன் வெளியே போகாமல் கட்டிலுக்கு அடியில் புகுந்து மறைந்துகொண்டான்.

வழக்கம் போல் அந்த மாம்பழப் பெண் பானையிலிருந்து வெளிவந்தாள். வீட்டு வேலைகளை முடித்தாள். அழகாகச் சமையல் செய்தாள். பிறகு பானைக்குள் மறைந்துவிட்டாள். பீரு கட்டிலுக்கு அடியில் இருந்து இதையெல்லாம் வியப்புடன் பார்த்துக்கொண்டேயிருந்தான்.

அன்று இரவு அவன் அம்மாவிடம் விஷயத்தைச் சொன்னான். "பானைக்குள் இருப்பது ஒரு மாய மாம்பழம். நாம் வெளியே போகும்போது அது ஒரு அழகிய பெண்ணாக மாறிவிடுகிறது . . ."

பாலு தலையை ஆட்டினாள். "சரி, நாளைக்கு வெளியே போக வேண்டாம். வீட்டிலேயே ஒளித்திருப்போம்" என்றாள்.

மறுநாள் காலை தாயும் மகனும் வெளியே செல்லாமல் வீட்டில் மறைவான ஓரிடத்தில் ஒளிந்துகொண்டனர். மாம்பழப் பெண் வருவதையும் வீட்டு வேலைகள் அனைத்தையும் செய் வதையும் பார்த்தனர். தாயும் மகனும் மறைவிடத்திலிருந்து திடீரென வெளியே வந்து அவள் கையைப் பிடித்துக் கொண்டனர். "ஓடிப் போய்விடாதே" என்று கெஞ்சினர். "உன்னைக் கஷ்டப்படுத்த மாட்டோம். நான் பாலு, இவன் என் மகன் பீரு. நீ செய்து வருவது எங்களுக்கு எவ்வளவோ மகிழ்ச்சியாக இருக்கிறது" என்றாள்.

அந்தப் பெண் புன்னகைத்தாள். அந்த அழகிய புன்னகை யில் பீரு மயங்கிவிட்டான். பாலுவுக்கு இதயம் துடித்துக் கொண்டது.

"என் பெயர் புல்வந்தி. பழங்கள், மலர்கள், காடுகளின் இளவரசி. என்னை உங்கள் வீட்டில் தங்க வைத்திருந்ததற்கு ரொம்ப நன்றி" என்றாள் அந்தப் பெண்.

"எங்களுடனே இரு" என்றான் பீரு. "என் தங்கை மாதிரி."

"இனி நீ என் மகள்" என்றாள் பாலு, புல்வந்தியின் தலையைப் பாசத்துடன் தடவிக் கொடுத்தபடி. "இது உன் வீடு. இனிமேல் நீ ஒளிந்திருக்கத் தேவையில்லை" என்றாள்.

ஒருநாள் கிராமத்து நாவிதன் தீராவின் வீட்டுக்கு வந்து முடிவெட்டிக்கொண்டிருக்கும்போது, "பாலுவின் வீட்டில் ஒரு புதுப்பெண் வந்திருக்கிறாளே. அவளைப் போன்ற அழகியை நான் பார்த்ததே இல்லை" என்றான்.

தீராவுக்கு ஆச்சரியமாக இருந்தது. யார் அந்தப் பெண் என்று பார்க்க வேண்டுமே என்று நினைத்தான். ஒருநாள் மாலையில் பாலுவின் வீட்டின் அருகிலுள்ள ஒரு மரத்தின்மேல் ஏறி, வீட்டின் அடுக்களையைப் பார்த்தபடி அமர்ந்துகொண் டான். சிறிது நேரத்துக்குப்பின் புல்வந்தி வெளியே வந்து கோழிகளுக்கு இரை போடத் தொடங்கினாள். அவளுடைய கறுத்த கூந்தலையும், அழகிய பளபளப்பான மேனியையும் உருண்டு திரண்டிருக்கும் மார்பையும் பார்த்து அவன் திகைத்துப் போய் விட்டான். அவள் அமைதியாக, காட்டு மான் போல இருக்கிறாள்.

மரத்திலிருந்து கீழே அவள் முன்னால் குதித்தான் தீரா. "என்னை மணந்துகொள்வாயா?" என்று கெஞ்சினான்.

புல்வந்தி சிரித்தாள். நீண்ட நேரம் சிரித்துக் கொண்டே யிருந்தாள். "ஏன் இப்படிச் சிரிக்கிறாய்?" என்று கேட்டான் தீரா.

"அசட்டு மனிதா, ஒரு அழகிய பெண்ணைத் தேடி எங்கெல்லாம் அலைகிறாய்? புதர்களுக்குப் பின்னால் ஒளித் திருந்து பார்க்கிறாய், மரத்தில் ஏறிப் பார்க்கிறாய். ஆனால் உன் முன்னால் என்ன நடக்கிறது என்பதை மட்டும் கவனிப் பதில்லை."

"ஓ, அப்படியா?"

"ஆமாம்" என்றாள் புல்வந்தி. பிறகு காளி அவனை ஏமாற்றியது, கிணற்றில் மிதந்த பூவை அவன் கவனிக்காதது, அடுக்களைத் தோட்டத்தில் கத்திரிக்காய் தோன்றியது பற்றிக் கூறினாள்.

".... ரோட்டருகில் விளைந்த பூசணிக்காய்?"

"ஆமாம். ஊரில் எல்லோருக்கும் மாம்பழம் வழங்கியதே அந்த மாமரம்..."

"ஐயையோ, என்ன முட்டாள் நான். என் பொல்லாத மனைவியின் பேச்சைக் கேட்டு மாமரத்தை வெட்டினேனே..."

"... கத்திரிக்காயையும் பூசணிக்காயையும் தூர எறிந்து விட்டாய்."

"... காதில் வைத்திருந்த அந்த அழகிய பூவைக் கசக்கி எறிந்துவிட்டேன்."

                                        மரிஜா ஸ்ரெஸ்

"... அவள் முரட்டுத்தனமாக உன்னைத் தொட்டபோது அது என்னுடைய மிருதுவான ஸ்பரிசம் என்று நினைத்து விட்டாயே என் அன்பான அசட்டு தீரா!"

"பூலி, என் மலர்களின் ராணியே, என்னை மணந்து கொண்டு என்றும் என்னுடன் இருப்பாயா?"

"என் செல்லக்கட்டி ராஜா, உன்னைத்தான் கட்டிக்கப் போறேன். நான் இல்லாவிட்டால் உன்னை யார் கவனித்துக் கொள்ளப் போகிறார்கள்?"

அவள் தன் மென்மையான கரங்களால் அவனைக் கட்டி அணைத்துக்கொண்டாள். உதட்டில் மெதுவாக முத்தமிட்டாள். அவளுடைய மாம்பழங்கள் போன்ற மார்பைத் தன் பரந்த நெஞ்சோடு சேர்த்து அழுத்தினான் தீரா. அவர்கள் உலகையே மறந்துவிட்டனர்.

வீட்டிலிருந்தபடியே இதைப் பார்த்துக்கொண்டிருந்த பீருவும் பாலுவும் கைகளைத் தட்டிக்கொண்டே வெளியே வந்தனர். மலர்களின் ராஜகுமாரியையும் வீரமிக்க அவள் காதலனையும் வாழ்த்தினர். கிராமத்து மக்கள் அனைவரும் அவர்கள் திருமணத்தில் மகிழ்ச்சியுடன் கலந்துகொண்டனர்.

அந்தச் சூனியம் பிடித்த சாணிப் பொறுக்கி காளி என்ன ஆனாள்? தீரா அவளை ஒரு கழுதை மேல் ஏற்றி மேளங்கள் முழங்க ஊரை விட்டே தூரத்திவிட்டான்.

பூக்களின் இளவரசி புல்வந்தியும் அவள் விவசாயக் கணவனும் நீண்டநாள் மகிழ்ச்சியுடன் வாழ்ந்து வந்தனர்.

ജ ඨ

அல்கியும் துல்கியும்

துங்ரி கரேஸியா மக்கள் வாழ்ந்த இடம் மிகவும் அழகானது. இன்றைய குஜராத், ராஜஸ்தான் எல்லை களுக்கு இடைப்பட்ட பகுதியில் வசித்தனர். முற்காலத்தில் அவர்களுக்கென்று ஒரு பெரிய நாடே இருந்தது. ஒரே நாட்டில் வசித்து ஒரே பழங்குடி மக்களின் மொழியைப் பேசி வந்தனர். உலகில் முதலில் படைக்கப்பட்டது பெண்தான் என அவர்கள் நம்பினர். எனவே அவர்கள் சமூகத்தில் ஆண்களுக்கு இணையான உரிமையும் மரியாதையும் பெண்களுக்கு இருந்தது. தாயின் சொத்துரிமை மகளுக்குக் கிடைத்தது.

துங்ரி கரேஸியா மக்கள் தொகை எவ்வளவு என்று அவர்களுக்கே தெரியாது. மக்கள் தொகையைக் கணக் கெடுக்கவில்லை. அவர்கள் கிராமம் என்பது வீடுகள் நிறைந்த பகுதி அல்ல. கெல்ரு என்று அழைக்கப்படும் குடிசைகளே அவை. மலைச் சரிவுகளில் இங்கொன்றும் அங்கொன்றுமாகக் கட்டப்பட்டவை. சுற்றிலும் வயல் களும் மரங்கள் அடர்ந்த காடுகளும் இருந்தன. தூரத்தி லிருந்து பார்க்கும்போது பச்சைக் கம்பளம் விரித்தது போல் தோற்றமளிக்கும். குடிசைகளுக்கு ஜன்னல் கிடையாது. வெளியே வீட்டின் அளவில் ஒரு திண்ணை இருக்கும். அருகில் எருமை, பசு, ஆடு போன்றவை தங்குவதற்கான கொட்டில். குடிசைகளுக்கிடையே குறைந்தது ஒரு மைல் இடைவெளி இருக்கும். கோப்சா, கட்டாரா என்று பல இன மக்கள் அங்கு வசித்தனர். ஒவ்வொரு ஜாதியினருக்கும் தனித்தனிப் பகுதிகள் இருந்தாலும் அவர்கள் ஒற்றுமையுடனே வசித்தனர். ஏற்றத் தாழ்வு இல்லை. எல்லாருக்குமாக ஒரு தலைவன் இருந்தான். எல்லோரும் ஒரே குடும்பமாக வாழ்வதை அவன் கண்காணித்து வந்தான்.

மரிஜா ஸ்ரெஸ்

வாட்களை ஏந்தியவாறு அவர்கள் நடனம் ஆடுவார்கள். வாட்கள் ஒன்றோடொன்று மோதிக் 'கணீர்' என்ற ஓசையை எழுப்பும். பெண்கள் லெஸாம் என்ற சலங்கைகள் கட்டிய கம்புகளைக் குலுக்கியபடி ஆடுவார்கள்.

அந்த மக்கள் மகிழ்ச்சியுடன் வாழ்ந்தார்கள். தினசரி ஏதாவது ஒரு விருந்து நடந்தபடி இருக்கும். அவர்கள் நடனம் சமூகத்தின் ஓர் அமைப்பாக இருந்தது. ஆண்களும் பெண்களும் ஒரே கதியில் ஆடுவர். சற்று முன்னோ பின்னோ இராது. அருகருகே வட்டம் வட்டமாக ஆரவல்லி மலைகள் போல் அமைத்து ஆடுவர். வானில் இருந்து சூரியனும் அவன் மகள் சூர்யாவும் இந்த நடனங்களைக் கண் கொட்டாமல் பார்த்து ரசிப்பர். அவர்களின் ஒய்யார அசைவுகளைக் கண்டு மகிழ்வர். இரவில் சந்திரனும் நட்சத்திரக் கூட்டங்களும் அதைப் பார்த்து ரசிப்பார்கள். கண் சிமிட்டிச் சிரிப்பார்கள். எப்போதாவது ஒரு நட்சத்திரம் வானில் உருகி வேகமாகச் சென்று மறைவதைப் பார்த்திருக்கிறீர்களா? அதுதான் அவர்கள் சிரிப்பதற்கு அடை யாளம்.

ஆதிவாசிகளின் முக்கியப் பண்டிகை ஹோலி. வசந்த ருதுவின் பௌர்ணமி நாளன்று தொடங்கும். அன்று இரவு முழுவதும் ஒரே ஆட்டமும் பாட்டுமாக இருக்கும். முழு நிலவு மேற்கே மறைந்து கிழக்கே வெளுக்கும் வரை ஒரே கொண்டாட்டம்தான். பிறகு இந்தக் கோலாகலம் தொடர்ந்து பதினான்கு நாட்களுக்கு நடைபெறும்.

நமது கதை நடப்பது சத்யயுக காலத்தில். ஓர் இளம் ஆதிவாசித் தம்பதியர் குழந்தை வேண்டி அந்தப் பகுதிக்கு வந்திருந்தனர். அவர்கள் இணை பிரியாமல் காதலில் மூழ்கி யிருந்தனர். முதலில் பிறப்பது ஒரு பெண்ணாக இருக்க வேண்டு மென்று ஆசைப்பட்டனர். அடுத்தது ஆணோ பெண்ணோ எதுவாக வேண்டுமானாலும் இருக்கட்டும். ஒருநாள் அந்தப் பெண் தன் வயிற்றினுள் ஏற்பட்ட அசைவுகளை உணர்ந்து தான் குழந்தை உண்டாயிருப்பதை அறிந்துகொண்டாள். இது சூரிய பகவானின் அருள்தான். அவள் கணவனுக்கும் அவளுக் கும் குடும்பத்தாருக்கும், ஏன் அந்த முழுக் கிராமத்தில் உள்ள வர்களுக்கும் ஒரே மகிழ்ச்சி. அந்தக் கிராமமே முதன்முதலாக ஒரு பெண் குழந்தை பிறப்பதை ஆவலுடன் எதிர்நோக்கி யிருந்தது. அவளைக் கண்ணைப்போல் கவனமாகப் பார்த்துக் கொண்டனர். எந்த வேலையையும் செய்ய விடவில்லை. அவள் விறகு பொறுக்கப் போகக் கூடாது; எல்லோரையும் போல் அதிகாலை எழுந்து கோதுமை அரைக்கக் கூடாது; கிணற்றிலிருந்து தண்ணீர் இறைக்கக் கூடாது. அவள்

எல்லோருக்கும் செல்லப்பிள்ளை. அவள் கணவன் காட்டுக்குச் சென்று முயல்களையும் காட்டுப் பறவைகளையும் வேட்டை யாடி விட்டு, வயலிலிருந்து காய்கறிகளையும் பறித்துக்கொண்டு மாலையில் வீட்டுக்கு வரும் வரை அவள் வேலையொன்றும் செய்யாமல் சும்மா இருந்தாள்.

கடைசியில் அவளுக்குப் பிரசவ வலி தோன்றியது. இரவு பூராவும் வேதனையால் துடித்தாள். அவளைக் கவனித்துவந்த மருத்துவச்சிகள் அவள் அதிக வேலையொன்றும் செய்யாமல் சோம்பேறியாக இருந்ததால் தான் இந்த நிலைமை என்று திட்டினர். இல்லாவிட்டால் எப்போதோ சுகப்பிரசவம் நடத் திருக்குமே. அவள் கணவன் என்ன நேருமோ என்ற கவலையில் குடிசைக்கு வெளியே அங்குமிங்கும் நடந்தபடி இருந்தான். கடைசியில் வலியின் திடீர் அலறல், அதைத் தொடர்ந்து குழந்தையின் இனிய அழுகுரல். ஆஹா, கிராமத்தின் முதல் குழந்தை – ஒரு பெண் சிசு – தாயின் வயிற்றிலிருந்து வெளிவந்து விட்டது. குழந்தையைப் பார்த்து எல்லோரும் மகிழ்ச்சியில் துள்ளிக் குதித்தனர். ஆடிப்பாடினர். எல்லோரும் ஏகமன தாகத் தீர்மானித்து அதற்கு துல்கி என்ற பெயர் இட்டனர். அவர்கள் மொழியில் அதற்கு அந்தி என்று பெயர்.

அந்த மகிழ்ச்சி ஆரவாரத்தில் மருத்துவச்சிகள் திடீரென்று ஒரு செய்தியைத் தெரிவித்தனர். தாயின் வயிற்றில் இன்னொரு குழந்தையும் இருக்கிறது! அந்தக் குழந்தை பிறப்பதற்கு எட்டு மணி நேரம் ஆகிவிட்டது. அப்போது சூரியன் கீழ்த் திசையில் தன் பொற்கிரணங்களைப் பரப்பிக்கொண்டிருந்தான்.

தாய் மிகவும் வெளிறிப் போயிருந்தாள். இந்தச் சிரமத்தை அவளால் தாங்க முடியுமா அல்லது இறந்து போய் விடுவாளா? இல்லை, இரக்கக் குணமுள்ள சூரியதேவன் தன் பிள்ளைகளை அனாதைகளாக்கிவிடமாட்டான். இரண்டாவது குழந்தையும் ஒரு பெண்தான். துல்கியின் இரட்டைச் சகோதரி. அதற்கு அதிகாலை என்று அர்த்தம் கொண்ட அல்கி என்று பெயர் இடப்பட்டது.

ஆதிவாசிப் பெண்களிடையே இரட்டைக் குழந்தைகள் பிறப்பது இதுதான் முதல் தடவை. பெண் குழந்தை, அதுவும் இரட்டைகள் பிறந்ததில் அவர்கள் மகிழ்ச்சிக்கு அளவேயில்லை. எல்லோரும் ஒன்றுகூடி நடனம் ஆடினர். ஆஹா, என்ன அற்புதமான நடனம்! ஆண்கள் கைகளிலிருந்த வாட்கள் ஒன்றோடொன்று மோதின. அதற்கிணையாக மேளங்கள் கொட்டின. பூகம்பம் போல் அதிர்ந்தது பூமி. பெண்கள் சலங்கை கோர்த்த கழிகளுடன் சுழன்று சுழன்று வந்தனர். நடனத்தின் வேகம் அதிகரித்து பூர்ண நிலவு மேற்கை நோக்கி நகர்ந்து

   மரிஜா ஸ்ரெஸ்

கீழ்த்திசை வெளுக்கும் வரை நீடித்தது. எல்லோரும் கருப்பட்டி கலந்த நீரைக் குடித்துக் களைப்பை அகற்றினர். ஆமாம், இந்தக் காலத்தில் ஆண் குழந்தை பிறந்தால் அடையும் மகிழ்ச்சியைப் பெண் குழந்தை பிறக்கும் போது அடைந்தனர் அப்போதைய மக்கள்.

அல்கியும் துல்கியும் வளரத் தொடங்கினர். அவர்கள் நடக்கத் தொடங்கியதும் ஒன்றாகவே நடந்து திரிந்தனர். அல்கி மாங்காய்களை வைத்து விளையாடினால் துல்கியும் அப்படியே செய்தாள். அவர்கள் பிறந்தநாள் அன்று கோதுமை மாவு, நெய், இனிப்புச்சுவை கொண்ட மகுடா மலர்கள் சேர்த்துத் தயாரித்த தோக்லா என்ற பண்டம் வழங்கப்பட்டது. இதுதான் முற்காலத்திலிருந்தே துங்ரி கரேஷியா மக்களின் ஸ்பெஷல் தயாரிப்பு. நமது இரட்டைப் பிள்ளைகளுக்கும் அது மிகவும் பிடிக்கும். வளர்ந்த பிறகு அவர்கள் இருவரும் அதிகாலையில் கூடைகளை எடுத்துக்கொண்டு தங்கள் தாயுடன் மகுடா மரத்தைத் தேடிச் செல்வார்கள். பனி மூடிய அந்த மரக்கிளை களிலிருந்து பூக்கள் கீழே விழுந்து கொண்டிருக்கும். அல்கியும் துல்கியும் அவர்கள் தாயும் பூக்கள் தரையில் விழுவதற்கு முன் அதைத் தங்கள் கைகளில் ஏந்திக்கொள்வர். விரைவிலேயே கூடைகள் நிரம்பிவிடும். சூரியன் உதிக்கும் முன்பே தேவையான பழங்களையும் பறித்துக்கொண்டு மற்ற கிராமத்துப் பெண்கள் வருவதற்கு முன் வீடு திரும்புவர். வீட்டுக்கு வந்ததும் பெண்கள் இருவரும் முந்தைய தினத்து ரொட்டியும் சூடான பாலும் சாப்பிட்டுவிட்டு, பசுக்களையும் ஆடுகளையும் மேய்ப்பதற்காக மலைப்பகுதியை நோக்கிச் செல்வர். பள்ளத்தாக்குச் சமதளத்தில் சிறுவர்களும் சிறுமிகளும் சேர்ந்து விளையாடுவார்கள். வெயிலும் குளிர்ந்த மரநிழலும் அவர்கள் விளையாட்டுக்கு ஏதுவாக இருக்கும். ஆடு மாடுகள் அருகில் புல்தரையில் மேய்ந்துகொண் டிருக்கும். துல்கியும் அல்கியும் கில்லித் தண்டு நன்றாக விளை யாடுவார்கள்; பையன்களையெல்லாம் தோற்கடித்துவிடுவார்கள்.

பெண்கள் இருவரும் ஒருத்தி மேல் ஒருத்தி அன்பைப் பொழிந்தார்கள். யாராவது ஒருத்திக்கு லேசான காயம் பட்டு விட்டால்கூட அடுத்தவளால் பொறுத்துக்கொள்ள முடியாது.

ஒருநாள் துல்கிக்குக் காய்ச்சல் வந்துவிட்டது. ஒரு கொசு கடித்ததன் விளைவு. அந்தக் கொசு துல்கியைக் கடித்துவிட்டுத் தன்னைக் கடிக்குமுன் அல்கி அதைக் கொன்றுவிட்டாள். பெற்றோர் துல்கியை வைத்தியரிடம் கொண்டு சென்றனர். பிறகு பூஜாரியிடம். ஆயினும் காய்ச்சல் குணமாகவில்லை. இரவு முழுவதும் அல்கி தன் சகோதரியின் படுக்கையருகிலேயே உட்கார்ந்து ஈரத்துணியினால் அவள் நெற்றியை ஒத்திக்

கொண்டேயிருந்தாள். நோய் அதிகரித்தது. ஒருநாள் இரவு வசந்த கால பௌர்ணமியன்று அல்கியின் கைகளில் இருக்கும் போதே துல்கியின் உயிர் பிரிந்தது.

அல்கியின் சோகத்தை எப்படி விவரிக்க முடியும்? அவள் அழவேயில்லை. ஆனால் அவள் மனம் ஒரே சிந்தனையில் இருந்தது: 'துல்கி போய்விட்டாள். அவள் இல்லாமல் நான் எப்படி இருக்க முடியும்?' துல்கியின் தகனத்துக்கான ஏற்பாடுகள் செய்யப்பட்டன. கட்டைகள் அடுக்கப்பட்டு அதன் மேல் துல்கியின் உடல் கிடத்தப்பட்டு நெருப்பு வைக்கப்பட்டது. நெருப்பு கொழுந்துவிட்டு எரியும்போது அல்கி ஓடிச்சென்று சிதையின் மேல் பாய்ந்து விட்டாள். சுற்றி நின்ற மக்களெல்லாம் அதிர்ச்சியடைந்தனர். "யாராவது ஒருவரிடம் நாம் நம் முழு அன்பைச் செலுத்த முடியும். அல்கி நமக்குத் தெரிவித்தது இதுதான்" என்று தங்களுக்குள் சொல்லி வருத்தப்பட்டுக் கொண்டனர்.

அதன் பிறகு ஒவ்வொரு வசந்த காலப் பௌர்ணமி தினத்தன்றும் துங்ரி கரேஸியா மக்கள் இரவில் ஒன்றுகூடிப் பெரிய நெருப்பை வளர்த்து, 'ஆண்களும் பெண்களும் வாருங்கள், ஹோலி நெருப்பை வளர்த்திடவே' என்று பாடுவார்கள். சிறுமிகளும் பெண்களும் இருபது மீட்டர் நீளமுள்ள கம்மார் காக்ரோ என்ற ஆடையை உடுத்திக் கொண்டு, ஹான்காதி அல்லது சண்டி என்ற வெள்ளி நெக்லெஸை அணிந்துகொள் வார்கள். ஆண்கள் வெள்ளி வாட்களைக் கையிலேந்திப் போர் புரிவர். கொட்டுகள் முழங்கும். பெண்கள் ஒன்றுகூடித் 'தீபங்கள் ஏற்றித் தொழுதிடுவோம்' என்று பாடுவார்கள்.

புதிதாகத் திருமணமான பெண்கள் தங்கள் கணவர் காதில், 'இவர்கள் போகட்டும். நமக்கு இப்போதுதான் திருமணம் ஆகியிருக்கிறது. வாருங்கள் படுக்கைக்குப் போகலாம்' என்று ரகசியமாகக் கூறுவார்கள். கிராமவாசிகளுக்கும் இது தெரியும். 'போய் உறங்குங்கள். நாங்கள் போய் நெருப்பை வளர்க்கிறோம்' என்று சொல்லி அனுப்பி விடுவார்கள்.

பக்கத்துக் கிராமத்தார் கட்டைகளை அடுக்குவார்கள். கிராமத் தலைவர் நெருப்பு மூட்டுவார். தீ கொளுந்துவிட்டு உயரமாக எரியும். வெகுநாட்களுக்குமுன் இதே பௌர்ணமி தினத்தில் ஒன்றாக உயிர் துறந்த அந்த இரட்டைச் சகோதரிகளை நினைத்தவாறு பெண்களும் ஆண்களும் குழந்தைகளும் அந்த நெருப்பைச் சுற்றிச் சுற்றி நடந்து வருவார்கள்.

ஹோலிப் பண்டிகை அடுத்து வரும் நிலையில் துங்ரி கரேஸியா மக்கள் காதலையும் மரணத்தையும் கொண்டாடும்

   மரிஜா ஸ்ரெஸ்

விதமாக, இளம் நிலவொளியில் வெள்ளி வாட்களும் சலங்கை பூட்டிய லெசம் கழிகளும் ஒன்றோடொன்று மோதிக்கொள்ளும் இந்த அற்புதக் காட்சி நம் கண்முன் விரிகையில் அது ஏதோ இன்னொரு உலகில் நடைபெறுவது போல் தோன்றும்.

ஹோலித் தீ எரிந்து தணிந்ததும் மக்கள் தூங்கச் சென்று விடுவர். மறுநாள் காலையில் வழக்கம்போல் ஆடலும் பாடலும் நடைபெறும். வாளும் லெசமும் மோதிக்கொள்ளும். அல்கியும் துல்கியும் காட்டிய அன்பு நினைவுகூரப்படும். துல்கி இறந்த போது அல்கி அழவில்லை. ஆனால் உடன்கட்டை ஏறினாள். ஒருவர் மேல் ஒருவர் வைத்திருந்த அன்பைப் பாராட்டிக் கொண்டாடுவார்கள்.

கிராமத்தினர் ஒருவரையொருவர் கேலி செய்வர். புதுமணத் தம்பதியினரைச் சூழ்ந்துகொண்டு ஆபாசமாகக் கேலி செய்வர். குழந்தை வேண்டுமென்பதற்காகத் தங்கள் கிராமத்திலிருந்து ஒரு கன்னிப் பெண்ணைக் கடத்திச் சென்றுவிட்டதாகக் கூறி மணமகனிடமிருந்து பெரிய தொகையைக் கோருவர்.

(ரெளத்தவாடாவிலுள்ள நந்துபென லாலுபாய் நினமா
எனக்குக் கூறிய கதை இது.)

ஊ ஐ

பாலியாவும் பிரியாவும்

ஆரவல்லி மலைப் பகுதியில் காம்டி ஒரு பெரிய கிராமம். அதில் வசித்து வந்த பல்வேறு ஆதிவாசி இனங் களில் மனத் குழுவைச் சேர்ந்தவர்களே நிறைய பேர். அங்குள்ள பெரிய மலையின் உச்சியில் உள்ள பெரிய வீட்டில் மனத் இனத்தைச் சேர்ந்த ஒரு பெரிய குடும்பம் வசித்து வந்தது. ஐந்து ஆண் மக்களில் மூத்தவன் பெயர் பாலியா. வேட்டையாடுவது அவனுக்கு மிகவும் பிடிக்கும். ஆறு வயதாக இருக்கும் போதே ஈட்டி எறிவதில் மிகத் தேர்ச்சி பெற்றுவிட்டான். கொட்டாவி விட்டுக்கொண் டிருக்கும் ஒரு முயலின் நாக்கை ஈட்டியை எறிந்து துளைக்க முடியும் அவனால். அவனைப் பற்றி அவன் பெற்றோருக்கு ரொம்பப் பெருமை. அவனுக்காக ஒரு நல்ல பெண்ணைத் தேடிக்கொண்டிருந்தனர். அங்கே நிறைய பெண்கள் இருந்தனர். அழகிகள். பாலியா நடந்து செல்லும்போது மரங்களின் மறைவிலிருந்து அவனைப் பார்த்துக்கொண்டிருப்பார்கள். தன்னைப் பெண் கேட்க அவன் வீட்டிலிருந்து யாராவது வரமாட்டார்களா என்று மனதுக்குள் ஆசையை வளர்த்துக்கொண்டிருப் பார்கள்.

ஒரு நாள் வேட்டையை முடித்துவிட்டு பாலியா திரும்பிக்கொண்டிருந்தான். அவன் கையில் அவன் வேட்டையாடிய மூன்று முயல்கள் தொங்கிக் கொண் டிருந்தன. கவலையற்ற அவன் மனம் மகிழ்ச்சியில் மூழ்கி யிருந்தது. முயல்களை எப்படிச் சமைப்பது என்ற கற்பனை யில் ஏதோ ஒரு பாட்டைப் பாடியவாறு நடந்துகொண் டிருந்தான். மார்கழி மாதம். கொய்யாப் பழக்காலம். திடீரென எங்கிருந்தோ ஒரு கொய்யாப்பழம் பறந்து வந்து அவன் மூக்கை 'ப்ளங்' என்று தாக்கியது. நின்றவன் சுற்றுமுற்றும் பார்த்தான். ஓர் அழகிய முகம் சட்டென்று

மரிஜா ஸ்ரெஸ்

ஒரு கொய்யாச் செடியின் பின்னால் மறைவதைக் கண்டான். அந்த இடத்தில் அப்படியொரு அழகிய முகத்தைப் பார்த்ததில் திகைப்பும் வியப்பும் அடைந்தான். கையில் பிடித்திருந்த முயல் களைக் கீழே வைத்துவிட்டு மெதுவாக நடந்து செடியை அடைந்து பின்பக்கம் பதுங்கியிருந்த அவளைப் பிடித்துக் கொண்டான். அந்த இளம்பெண்ணை இதற்கு முன் அவன் பார்த்ததில்லை. அவள் கையைப் பலமாகப் பிடித்ததும் அவள் போலிப் பயத்துடன் கத்தினாள். அவள் கையை அழுத்தியபடி கடுமையான குரலில், "மரியாதையாக என்னை மணந்து கொள். இல்லாவிட்டால் ஊர்ப் பஞ்சாயத்தில் சென்று நீ கொய்யாப்பழத்தை எறிந்து என் மூக்கை உடைத்து விட்ட தாகச் சொல்லப் போகிறேன்" என்றான். அவள் கலகலவெனச் சிரித்துக்கொண்டே அவன் கையைத் தட்டித் தன்னை விடு வித்துக்கொண்டாள். அவள் மலைச் சரிவைத் தாண்டித் தன் கிராமத்துக்கு ஓடுவதைப் பாலியா பார்த்துக் கொண்டே நின்றான். அவள் நீண்ட கூந்தல் காற்றில் பறக்கிறது. அவள் அவன் பார்வையிலிருந்து மறைவதற்கு முன் ஒரு தடவை திரும்பி அவனைப் பார்க்கிறாள். அவன் மனதில் இனிமையான ஏதோ ஒன்று தைத்தது போல் இருக்கிறது. மெதுவாகக் குனிந்து முயல்களை எடுத்துக் கொண்டு நடந்தான்.

அடுத்த மாதம் ஆதிவாசிகளின் உத்தராயண காலம். பாலியா தன் மாமாவை அந்தப் பெண்ணின் வீட்டுக்கு அனுப்பினான். பெற்றோரிடம் நான் அந்தப் பெண்ணைத் தான் கட்டிக்கப் போகிறேன் என்று சொல்லிவிட்டான்.

விரைவிலேயே அவர்கள் திருமணம் தாம்தூமென்று ஆதிவாசிகளுக்கே உரிய முறையில் ஆரவாரமாக நடைபெற்றது. அவன் அப்பா வீட்டில் இருவரும் மகிழ்ச்சியாக வசித்தனர். அவள் அழகில் மயங்கிக் கிடந்தான் பாலியா. அவள் பெயரைப் பிரியா என்று மாற்றினான். அவளும் அவனிடம் அதே அளவு ஆசை கொண்டிருந்தாள். திடீரென ஒரு நாள் பிரியா தான் உண்டாயிருப்பதாகக் கணவனிடம் கூறினாள். இதற்கிடையில் பாலியாவின் தம்பிக்கும் திருமணம் நடந்தது. இரண்டு சகோதரர் களும் தந்தையின் வீட்டுக்கருகில் ஒரு வீடு கட்டி அதில் வசிக்கத் தொடங்கினர். உலகிலேயே அவர்களைப் போன்ற சந்தோஷமான தம்பதிகளைப் பார்க்க முடியாது.

ஆனால் எல்லோரும் எப்போதும் மகிழ்ச்சியாக இருக்க முடியுமா? பாலியாவுக்கு இரண்டு குழந்தைகள் பிறந்தன. ஊரில் பஞ்சம் தலைகாட்டத் தொடங்கியது. இரண்டு வருடமாக மழை பெய்யவில்லை. வயலில் பயிர்கள் கரிந்தன. மிருகங்கள் காட்டை விட்டு வெளியே ஓடிவிட்டன. இதுவரை கண்டிராத

பஞ்சம். பின்னாட்களில் இந்தக் காலத்தை அம்பத்தாறில் வந்த பஞ்சம் என்றே குறிப்பிட்டார்கள்.

வேறு வழியில்லாமல் ஆதிவாசிகள் தாங்கள் வளர்த்து வந்த மிருகங்களைக் கொன்று தின்றனர். அதுவும் எத்தனை நாளைக்குப் போதும்? ஆதிவாசிகள் எல்லோரும் சேர்ந்து உதயப்பூர் மன்னர் சித்தராஜுவைப் பார்க்கக் கிளம்பினர்.

உதயப்பூரை ஆண்டுவந்த மன்னர் சித்தராஜ் இரக்க உள்ளம் கொண்டவர். உதயப்பூருக்கு வந்த நூற்றுக்கணக்கான அகதிகளுக்கு உணவுப் பொருட்களை வழங்கியிருக்கிறார். மந்திரிகள் மன்னரிடம் உணவுப் பொருட்களைச் சும்மா கொடுப்பதைவிட அவர்களுக்கு ஏதாவது வேலை கொடுத்து அதற்குக் கூலியாகக் கொடுப்பது நல்லது என்று கூறினர். அரசரும் ஒப்புக்கொண்டார். தினசரி காலையில் நூற்றுக் கணக்கானோர் ஒவ்வொரு இடத்திலும் திரண்டனர். அவர்கள் செய்ய வேண்டிய வேலையைக் குறிப்பிட்டு உணவுப் பொருட்கள் வழங்கப்பட்டன.

பாலியாவும் அவன் தம்பி கலியாவும் நகரைச் சுற்றி யிருக்கும் கோட்டை மதிலின் சேதமடைந்த பகுதியைக் கட்ட அனுப்பப்பட்டனர். பிரியாவும் கலியாவின் மனைவி சுகியும் அரண்மனைத் தோட்டத்திலுள்ள குளத்தை ஆழப்படுத்தும் பணியில் அமர்த்தப்பட்டனர்.

அன்று இரவு அவர்கள் நால்வரும் பகலில் தாங்கள் செய்த வேலைகள் குறித்துப் பேசிக்கொண்டனர். கலியாவும் பாலியாவும் பெரிய பெரிய கற்களைச் சுமந்து களைப்படைந்து விட்டதாகச் சொன்னார்கள். ஆனால் அதற்குத் தக்க கூலியாகக் கோதுமையும் சோளமும் கிடைத்தது. அரண்மனைக் குளத்தைத் தோண்டிய பிரியாவுக்கும் சுகிக்கும் காய்கறிகளும் கஞ்சியும் தரப்பட்டன.

"நமக்கு இந்த வேலை செய்து பழக்கமில்லையே, ஆளைக் கொல்கிறது" என்றான் கலியா, "ஆனால் வேறு வழியில்லையே !" பலியா ஒன்றும் பேசாமல் அமைதியாக இருந்தான்.

சமையல் செய்ய அடுப்பைப் பற்றவைத்துக் கொண்டிருந்த சுகி, "சூப்பர்வைசர் எங்களை மூன்று மணிக்கொருமுறை ஓய்வெடுக்கலாம் என்று சொல்லியிருக்கிறார்" என்றாள்.

"அவன் பார்க்கிற பார்வையே சரியாக இல்லை. எனக்கு ஒரு மாதிரியாக இருக்கிறது" என்றாள் பிரியா.

"வேறு வழியில்லையே நமக்கு" என்று சொன்னாள் சுகி. குழந்தைகளுக்கு உணவு கொடுத்து அவர்களைத் தூங்கப்

   மரிஜா ஸ்ரெஸ்

பண்ணினர். களைப்பு காரணமாகத் தாங்களும் அயர்ந்து உறங்கினர்.

நாட்கள் நகர்ந்தன. ஆதிவாசிகள் வெயிலிலும் தூசியிலும் உழைத்தனர். யாருக்காவது உடல் நலம் சரியில்லாமல் வேலைக்கு வர முடியாவிட்டால் அந்த இடத்துக்கு வர நிறைய புது ஆட்கள் தயாராயிருந்தனர். வேலையில்லையேல் உணவு இல்லை. அடுத்த நாள் வேலைக்கும் இடமில்லை. வாழ்வு என்பதே ஒரு போராட்டமாக ஆயிற்று.

முதலில் மிகச் சிரமப்பட்டாலும் பாலியா தன் வேலைகளை ஒழுங்காகச் செய்து வந்ததால் சூப்பர்வைசர்கள் திருப்தி யடைந்து அவனைக் குழுத் தலைவனாக ஆக்கினர். இதனால் கிடைத்த ஒரே நன்மை ஒவ்வொரு நாள் மாலையிலும் சற்று கூடுதலாக ரேஷன் கிடைத்தது. குடும்பத்திலுள்ளவர்களுக்கு இது மகிழ்ச்சியைக் கொடுத்தது. ஆனால் இரண்டு மூன்று தினங்களுக்குப் பிறகு பிரியா மிகுந்த கவலையுடன் இருப்பதைக் கவனித்தான்.

"என்ன செய்கிறது பிரியா?" என்று கேட்டான். "நமக்குத் தான் கூடுதல் உணவு கிடைக்கிறதே. எனக்கும் வேலை பழகி விட்டதே."

பிரியா முகத்தைத் திருப்பிக்கொண்டாள். பதில் சொல்ல வில்லை. சுகிதான் கூறினாள். "எல்லாம் அந்த சூப்பர்வைசர் தான். ராஜா அரண்மனை ஜன்னல் வழியாக பிரியா வேலை செய்வதைப் பார்த்தாராம். அவள் வேண்டுமாம் அவருக்கு. அவளாக வந்துவிட்டால் நல்லது, இல்லாவிட்டால் பலவந்த மாகத் தூக்கிக்கொண்டு போய்விடுவாராம்."

பாலியாவுக்கு உடம்பு முழுவதும் துடித்தது, நாடி நரம் பெங்கும் கோபம் பொங்கியது. பிரியா எங்கேயோ பார்த்தபடி மௌனமாக அழுதுகொண்டிருந்தாள்.

"கொலை செய்து விடுவேன் அந்த ராஜாவை" என்று கத்தினான் பாலியா. "அந்த ராஸ்கல் சூப்பர்வைசரையும் கொன்றுவிடுவேன்."

பிரியா கணவனின் கைகளைப் பிடித்துக்கொண்டாள். "அதனால் என்ன பிரயோஜனம்? நமக்கு என்ன நன்மை கிடைக்கப் போகிறது?" என்று கெஞ்சினாள். கண்ணீர் அவள் முகம் வழியாக பிரவாகித்தது. "சிப்பாய்கள் வந்து உன்னைக் கொல்வார்கள். ராஜா என்னை என்ன வேண்டுமானாலும் செய்வார். வேண்டாம். நானே ராஜாவிடம் போகிறேன். நம்மைக் காப்பாற்ற வேண்டும் என்று கெஞ்சிக் கேட்டுக்

கோள்கிறேன். ராஜா சித்தராஜ் இரக்கம் உள்ளவர் என்று சொல்கிறார்கள். அவரைத் திருப்திப் படுத்துபவர்களுக்கு அவர் வேண்டிய மட்டும் உதவி செய்வாராம்" என்றாள்.

"முடியவே முடியாது. ராஜாவாகட்டும் குடியான வனாகட்டும், எந்தப் பயலும் உன்னைத் தொடச் சம்மதிக்கவே மாட்டேன்" என்று கத்தினான் பாலியா.

கலியா குறுக்கிட்டான். "நான் சொல்வதைக் கேள் அண்ணா. இந்த மாதிரி விஷயங்களில் நம்மைப் போன்ற ஆதிவாசிகளால் என்ன செய்ய முடியும்? குத்ரத் நமக்கு நல்ல வழியைத்தான் காட்டியிருக்கிறார்" என்றான்.

"எப்படி?" என்று கேட்டான் பாலியா.

"பொதுவாகச் சாதாரண நாட்களில் வயலில் நல்ல விளைச்சலும் நாட்டில் அமைதியும் இருக்கும்போது ஆண் களாகிய நாம்தான் நமது பெண்களையும் குழந்தைகளையும் பாதுகாக்க வேண்டும். ஆனால் இப்போது பஞ்சம் தலை விரித்தாடுகிறது. நாம் நம்ம வீடு வாசல் நிலங்களை விட்டு விட்டு அன்னிய ஊருக்கு வந்து பிச்சை எடுக்கிறோம். அடிமை போல வேலை செய்கிறோம். வேறு வழியில்லாமல்தான் இதைச் செய்கிறோம். குத்ரத் நமக்கு ஒரு நல்ல வாய்ப்பைக் கொடுத் திருக்கிறது. நமது பெண்கள் தங்கள் உழைப்பால் அல்லாமல் அழகாலும் கவர்ச்சியாலும் நம்மைக் காப்பாற்ற முடியும். அரசனிடம் போவதால் பிரியா மட்டுமல்ல நம்ம குடும்பமே, நம்ம இனமே நன்மை அடைய முடியும். ராஜாவுக்கு மட்டும் அவளைப் பிடித்து விட்டதென்றால் அப்புறம் நமக்கு என்ன குறை?"

பாலியா கத்தினான். "ஆனால் நம்ம கௌரவம் என்னாவது? என் மனைவி இன்னொருத்தனுடன் படுத்துக் கொண்டாள் என்றால் எனக்குப் பெருமையா?"

"இப்போ மட்டும் நமக்கு என்ன பெருமை வாழ்கிறதாம்?" என்றாள் சுகி. "அடிமைகளுக்கு என்ன கௌரவம் வேண்டிக் கிடக்கிறது? கலியா சொல்வது சரிதான். நாம் அடிமை வேலை செய்யாவிட்டால், ராஜாவை எதிர்த்தால், பட்டினி கிடந்து சாக வேண்டியதுதான். ஆனால் ராஜாவின் அதிகாரத்தை நாம் பயன்படுத்திக்கொண்டால் நமக்கு எவ்வளவு நன்மை! அவரையே ஆட்டி படைக்கலாம்."

சுகியைப் பார்த்து பிரியா, "நினைக்கக் கஷ்டமாக இருந் தாலும் நீ சொல்வது சரிதான். ராஜாவுடன் படுத்துக் கொள்வதை விட நமக்கு வேறு வழியே இல்லை. இப்படி மண்ணைத்

 மரிஜா ஸ்ரெஸ்

தோண்டிக் கஷ்டப்படுவதைவிட நிறைய சம்பாதிக்கலாம்" என்றாள்.

பாலியா ஒரே பிடிவாதமாக இருந்தான். ஆனால் தம்பியும் இரண்டு பெண்களும் கூறுவதில் உண்மை இருப்பதாகவும் தோன்றியது. ஆனால் பிரியா அரண்மனைக்குள் நுழைந்து விட்டால் அவ்வளவுதான். அப்புறம் அவளால் திரும்பி வரவே முடியாது. எங்காவது ஓடிப்போய்விடலாமா? அதுவும் தன் உயிருக்கு ஆபத்தாகத்தான் இருக்கும்.

பாலியா முகத்தைத் திருப்பிக்கொண்டு அழுதான். அவன் மனைவி பிரியா அவனை அழைத்துக்கொண்டு உள்ளே சென்றாள்.

அன்றிரவு அவர்கள் கடைசித் தடவையாக ஒன்றாக இணைந்தனர். கணவன் மனைவி என்ற உறவையும் பாசத்தையும் காதலையும் வெளிப்படுத்தினர். இனிமேல் தாங்கள் ஒருவரை யொருவர் பார்க்க முடியாது என்பதை உணர்ந்துகொண்டனர்.

காலையில் பிரியாவை அழைத்துக்கொண்டு சுகி அரண் மனைக்குச் சென்றாள். "இவள் கணவன் எங்கே?" என்று கேட்டான் சூப்பர்வைசர்.

"எனக்கு இனி கணவன் இல்லை. மகாராஜா சித்தராஜின் ஆள் நான்" என்றாள் பிரியா.

அப்புறம் பிரியதர்சனிதான் மகராஜாவுக்கு மிகவும் பிடித்த ஆசைநாயகி ஆகிவிட்டாள். அவள் அழகும் அதிகாரமும் நாடெங்கும் பரவின. பட்டத்து ராணிகளைவிட ராஜா அவளிடம்தான் பிரியமாக இருந்தார்.

இந்தச் சமயத்தில் காம்டியிலுள்ள மனத் இன மக்கள் நல்ல செல்வாக்கு பெற்றனர். ஆரவல்லி மலைப் பகுதியில் நிறைய இடங்கள் அவர்கள் கைவசமாயிற்று. பாலியா குடும்பத்தில் உள்ள கலியா மனத் ஒரு தந்திரசாலி. உதயப்பூர் அரசவையில்கூட அவனுக்கு நல்ல பிடி இருந்தது. ஆனால் அவன் தம்பி பாலியாவைப் பற்றி எந்தத் தகவலும் இல்லை. அவன் குழந்தைகள் கலியாவின் வீட்டில் வளர்ந்தனர். 1956 பஞ்சத்தில் அவர்கள் உதயப்பூருக்குக் குடிபெயர்ந்த போது பாலியா முற்றிலுமாக மறைந்து போய்விட்டான்.

ஒரு விஷயத்தைக் குறிப்பிட வேண்டும். பஞ்சம் வந்து ஐந்து ஆண்டுகளுக்குப் பிறகு ஒருநாள் மகாராஜா வேட்டைக்குச் சென்றிருந்தபோது பரிதாபகரமாக இறந்து போனார். ஒரு காட்டுப் பன்றியை நோக்கி அவர் எறிந்த ஈட்டி தவறுதலாக அவரைக் கொன்றுவிட்டதாகச் சிலர் சொல்கிறார்கள். வேறு

சிலர் அவர் சாவில் ஏதோ மர்மம் இருப்பதாகச் கூறுகிறார் கள். மகாராஜாவின் ஐம்பது ஆசை நாயகிகளும் பிரியாவும் உடன்கட்டை ஏறியதாகவும் ஒரு செய்தி இருக்கிறது. அப்படி யொன்றும் இல்லை, அந்தக் கெட்டிக்காரப் பெண் ராஜா இறந்ததும் அரண்மனையில் இருந்து மறைந்துவிட்டாள் என்றும் ஆரவல்லி மலைகளில் மறைந்திருப்பதாகவும் ஒரு வதந்தி இருக்கிறது. ஆனால் பிரியாவை அப்புறம் யாருமே பார்க்க வில்லை என்பது மட்டும் உண்மை.

ஊ ஊ

மரிஜா ஸ்ரேஸ்

தந்தையைக் காத்த தனயன்

வெகு காலத்திற்கு முன் ஆதிவாசி மக்கள் ராஜா பானுவின் அதிகாரத்தின் கீழ் இருந்தனர். ராஜாவின் கட்டளையை மீற ஒருவருக்கும் தைரியம் இல்லை.

சின்ன வயதில் ராஜா தன் தந்தையாரால் மிகவும் கொடுமைப்படுத்தப்பட்டிருந்தார். எனவே மக்களுக்கு ஒரு புதிய கட்டளை பிறப்பித்தான். அதன்படி ஒரு குறிப்பிட்ட வயது வந்ததும் மக்கள் தம் பெற்றோர்களைக் காட்டில் கொண்டுபோய் விட்டு விட வேண்டும். அங்கு வைத்து அவர்கள் இறந்து போகட்டும். பல வருடங் களாக இது நடைமுறையில் இருந்தது. அரச கட்டளையை யாரும் மீற முடியாது. இது ஒரு சில பேராசை பிடித்த பிள்ளைகளுக்கு வசதியாகவும் இருந்தது. விரைவிலேயே பெற்றோர்களின் சொத்துக்களைப் பங்கு வைத்துக் கொள்ளலாமே !

சபர்கந்தாவிலுள்ள சூர்யா என்ற ஓர் ஆதிவாசி தன் தந்தை வயதாவதை உணர்ந்தான். "அப்பா, உன் நாள் வந்துவிட்டது. ராஜா உத்தரவுப்படி நாளை உன்னைக் காட்டில் கொண்டுபோய் விடப் போகிறேன். இனிமேல் நீ அங்கேதான் இருக்க வேண்டும்" என்றான்.

கிழவன் ஒன்றுமே பேசவில்லை.

மறுநாள் காலை சூர்யா தன் தந்தையைத் தோளின் மேல் தாங்கியபடி மலைகளைத் தாண்டிக் காட்டுக்குள் சென்றான். அங்கு ஒரு பெரிய பாறையின் அருகே நிலத்தைச் சுத்தப்படுத்தித் தந்தையை இருத்திவிட்டு விடைபெற்றுக்கொண்டான்.

சூர்யாவைப் பார்த்துத் தந்தை கூறினார். "மகனே, நான் இனி எவ்வளவு நாள் இருக்கப் போகிறேனோ

தெரியாது. எனக்கு ஒரு மண் பானையில் தண்ணீர் கொண்டு வைத்து விட்டுப் போ. தாகம் வரும்போது குடிப்பேன்."

சூரியாவுக்குச் சற்று வெட்கமாக இருந்தது. தவித்தவர் களுக்குத் தண்ணீர் கொடுப்பது சிறந்த உதவி என்று ஆதிவாசிகள் கருதினார்கள்.

"மறந்துவிட்டேன் அப்பா. இப்போது போய் நாளைக் காலையில் உனக்குத் தண்ணீர் கொண்டு வந்து விடுகிறேன்" என்றான்.

இதைச் சொல்லும்போது அவனுக்கு மிக மனவேதனை ஏற்பட்டது. எப்படித் தன் தந்தையை இப்படி அனாதையாக, தண்ணீர்கூட இல்லாமல் விட்டுவிட்டுப் போக முடிகிறது? ஆனால் அரச கட்டளை இருக்கிறதே! அதை மீற முடியுமா? 'நாளை எப்படியும் தண்ணீர் கொண்டு வைத்துவிட வேண்டும். அப்படிச் செய்யக்கூடாது என்று ஆணை ஒன்றும் இல்லையே' என்று தனக்குள் கூறிக் கொண்டான்.

மறுநாள் அதிகாலையில் சூரியா காட்டுக்குள் போய் அந்தப் பாறையருகில் இருந்த தன் தந்தையிடம் சென்றான். அவன் கொண்டுவந்த தண்ணீரை அவர் ஆவலுடன் பருகினார். சூரியா திரும்பும்போது அவர், "மகனே, ஒருநாள் பகலும் இரவும் நான் இங்கே தனியாக இருந்துவிட்டேன். வெயிலும் குளிரும் வாட்டுகிறது. காட்டு மிருகங்கள் வேறு சுற்றி அலை கின்றன. உன் மனதில் இரக்கம் இல்லாமலில்லை. அதனால் தான் தண்ணீர் கொண்டு வந்திருக்கிறாய். என் வாழ்க்கை விரைவில் முடிந்துவிடும். நீ வாலிப தசையில் இருக்கிறாய். வருடங்கள் விரைவில் சென்றுவிடும். நான் இன்று இருக்கும் நிலைக்கு நாளை நீயும் வந்துவிடுவாய். நீ எனக்குச் செய்தது மாதிரி உன் மகனும் உன்னைச் சுமந்து வந்து இங்கே கிடந்து சாகும்படி விட்டுவிட்டுப் போவானா?" என்றார்.

இதைக் கேட்டதும் சூரியா நெகிழ்ந்து போனான். தனக் குள்ளே சொல்லிக்கொண்டான்: 'அப்பா சொல்வது சரிதான். இத்தனை வருடங்களாக நான் சிறுவனாக இருந்தபோது அவர் எனக்கு உண்மையான தந்தையாக இருந்து, என்னைக் கவனித்துக் காப்பாற்றி வந்தார். அப்போது அவருக்கு என்னால் எந்த உதவியும் செய்ய முடியவில்லை. நான் வளர்ந்து பெரிய வனானதும் வேட்டையாடச் கற்றுத் தந்தார். வயலை உழு வதற்கும் பயிரிடுவதற்கும் கற்றுத் தந்தார். எல்லாவற்றுக்கும் மேலாக என் கல்யாணத்தை முடித்து வைத்தவரும் அவர் தான்.'

"அப்பா, நீங்கள் எனக்குச் செய்த நல்ல காரியங்களுக்கு நான் எந்தப் பிரதி உதவியும் செய்யவில்லை. ஆனால் என்ன

   மரிஜா ஸ்ரெஸ்

செய்வது, இது அரச கட்டளை. அதை மீறி நடக்க முடியாது. தந்தை குறிப்பிட்ட வயதை எட்டியதும் அவரைக் காட்டில் கொண்டு விட்டுவிட வேண்டும். அவர்கள் எஞ்சிய நாட்களை மரங்களுக்கும் மிருகங்களுக்கும் மத்தியில் கழிக்க வேண்டும்.”

“சூரியா, ராஜாவைக் கேட்டு நான் உன்னைப் பெற்றெடுக்க வில்லை. அவரைக் கேட்டு உன் திருமணத்தை முடிக்கவில்லை.”

சூரியா தன் திருமணத்தை நினைத்துச் சிரித்துக் கொண் டான். மாயாவும் அவனும் ஒரு திருவிழாவின் போது சந்தித்துக் கொண்டனர். பின்னர் அடிக்கடி பார்த்துக் கொண்டனர். கட்டுக்கோப்புடன் அழகாக இருந்தாள் அவள். அவள் புன்ன கையை மறக்கவே முடியாது. தான் அவளைக் காதலிப்பதை உணர்ந்தான். அப்பாவிடம் அதைப் பற்றிச் சொன்னதும் அவர் தம் நண்பர் ஒருவரை மாயாவின் அப்பாவிடம் அனுப்பி இதுபற்றிப் பேசி அவர்கள் கருத்தை அறிந்துவரச் சொன்னார். மாயாவின் தந்தைக்கு இந்தச் சம்பந்தத்தில் விருப்பமில்லை. சூரியா நிறையக் குடிப்பான் என்று கேள்விப்பட்டிருந்தார். மாயாவை இனிமேல் சூர்யாவுடன் பேசக்கூடாது என்றும் கட்டளையிட்டார். சூரியாவுக்கும் மாயாவுக்கும் இது பெரிய கவலையை அளித்தது. சூரியாவின் தந்தை மாயாவின் பெற் றோரிடம் பொறுமையாக விளக்கினார். சூரியா குடிப்பதில்லை யென்றும், மாயாவை மருமகளாக ஏற்றுக்கொள்வதற்காக நிறையப் பணம் தரத் தயாராக இருப்பதாகவும் தெரிவித்தார். திருமணம் மிகச் சிறப்பாக நடந்தது. மாயாவுக்கு மூன்று குழந்தைகள் பிறந்தன.

அப்பாவைப் பார்த்துக்கொண்டிருக்கும் போதே இந்த நினைவெல்லாம் இப்போது சூரியாவின் மனதில் ஓடியது. மாயாவை மகனுக்கு மணமுடிப்பதில் அவருக்கிருந்த ஆர்வத் தையும் அதற்காக அவர் செய்த முயற்சிகளையும் மீண்டும் நினைத்துக்கொண்டான்.

அன்றிரவு சூரியாவுக்கு உறக்கம் வரவில்லை. தன்னருகே படுத்திருந்த மாயாவைப் பார்த்து. “அப்பாவை நினைத்து மிகவும் கவலையாக இருக்கிறது” என்றான்.

“உங்கள் அப்பா எவ்வளவு நல்லவர். அவரை இப்படியே சாக விடுவதா – என்னதான் ராஜ கட்டளை இருந்தாலும்?”

“நான் இளைஞனாக இருந்தபோது அவர் எனக்குச் செய்ததையெல்லாம் நினைத்துப் பார்க்கிறேன். உன் தந்தைக்கு விருப்பம் இல்லாவிட்டாலும் நம் இருவரையும் சேர்த்து வைத்தது அவர்தானே !” தந்தையின் நினைவு மீண்டும் அவன் மனதைப் பாதித்தது.

மாயாவுக்கு ஒரு யோசனை தோன்றியது. "காட்டில் கொண்டு விட்டுவிட்டாலும் நாம் அவரைக் கவனித்துக் கொள்ளக் கூடாது என்று சட்டம் ஒன்றுமில்லையே. அவருக்குத் தேவையானதையெல்லாம் நாம் செய்து கொடுப்போம்" என்றாள்.

சூரியா இருட்டில் அவளை முத்தமிட்டான். "எப்போதுமே நீ நல்ல யோசனைகளைத்தான் சொல்கிறாய்" என்றான்.

மறுநாள் காலை சூரியாவும் மாயாவும் நிறைய சாமான்கள், துணிமணிகளோடு காட்டுக்குச் சென்றனர். மாமனாரை மாயா குளிப்பாட்டி உணவு ஊட்டினாள். சூரியா சில மரக்கிளைகளை வெட்டி ஒரு சிறு குடிசையைக் கட்டினான். மத்தியான வேளை யில் வெயில் அதிகமாகத் தகிக்கையில் கிழவர் அந்தக் குடிசையின் நிழலில் இருந்து கொள்ளலாம். இரவில் மிருகங்களிடமிருந்து அது பாதுகாப்பு அளிக்கும். தினசரி மாயாவோ சூரியாவோ குழந்தைகளோ காட்டுக்கு வந்து கிழவனைப் பார்த்துப் பேசிக் கொண்டிருப்பார்கள். இது ஊரில் மற்றவர்களுக்கும் தெரிந்தது. அவர்களும் காட்டிலிருந்த தங்கள் வயதான பெற்றோர்களுக்கு உதவத் தொடங்கினர்.

சபர்கந்தா காட்டில் இப்போது வயதானவர்கள் வசதியாக இருக்கிறார்கள் என்ற செய்தி ராஜாவுக்குத் தெரிந்ததும் அவனுக்கு கோபம் வந்தது. "அவர்கள் என் கட்டளையை மீறுகிறார்கள்" என்று கத்தினான். சேவகர்களை அனுப்பி ஆதிவாசிகளைப் பிடித்துவரச் சொன்னான். இவ்வாறு சூரியா வும் மாயாவும் ராஜா முன்னால் நின்றனர்.

"ஏன் என் ஆணையை மீறிச் செயல்படுகிறீர்கள்?" என்று அவர்களிடம் கேட்டான் பானு மன்னன்.

"நாங்கள் எங்கள் பெற்றோரைக் காட்டில்தான் விட்டிருக் கிறோம்" என்றனர் மாயாவும் சூரியாவும்.

"ஆனால் நீங்கள் அடிக்கடி சென்று அவரைப் பார்த்து உதவி செய்கிறீர்களே?" என்று கேட்டான் ராஜா.

சூரியா சொன்னான்: "பெற்றோருக்குச் செய்யும் சேவை இறைவனுக்குச் செய்யும் சேவை என்று எங்கள் மதம் கூறுகிறது. எங்கள் மதத்தின்படி நடக்கிறோம். எல்லோரும் அப்படித் தான் செய்ய வேண்டும்."

"மன்னர் உட்பட" என்றாள் மாயா.

ராஜாவுக்கு என்ன சொல்வதென்று தெரியவில்லை. இந்த ஆதிவாசித் தம்பதியர் தன்னை மடக்கிவிட்டார்கள். தன்

ஆணையை அவர்கள் மீறவில்லை. அதேசமயம் பெற்றோருக்கு ஆற்ற வேண்டிய கடமையையும் செய்திருக்கிறார்கள். வீட்டில் வைத்தல்ல, வெகு தூரத்திலிருக்கும் காட்டில். இதை மற்ற ஜனங்களும் பின்பற்றுகிறார்கள். இதைத் தடுத்தால் தனக்குக் கெட்ட பேர்தான் வரும் என்று நினைத்தான் ராஜா.

எழுந்து நின்று அவர்களைப் பார்த்துச் சொன்னான்: "நீங்கள் செய்தது மிகவும் சரி. பெற்றோருக்குச் செய்யும் சேவை இறைவன் சேவைதான். இனிமேல் காட்டில் விடப்படும் பெற்றோருக்கு அவர்கள் குழந்தைகள் நல்ல வசதியான வீடும் கட்டிக் கொடுக்க வேண்டும். இது என் கட்டளை."

இவ்விதமாக ஒரு ஆதிவாசிக் கணவனும் மனைவியும் மன்னருக்கு எதிராக நின்று பேசி மக்கள் தம் பெற்றோரைப் பேணிக் காப்பதற்கான வசதியை ஏற்படுத்திக் கொடுத்தனர்.

(சமர்கந்தாவில் வழங்கும் ஓர் ஆதிவாசிப் பழங்கதை.)

ஊ ஜ

அண்ணனும் தங்கையும்

ரொம்ப நாட்களுக்கு முந்தி நடந்த கதை இது. ஆரவல்லி மலையில் துங்ரி கரேஸியா ஆதிவாசிகள் இயற்கையோடும் தங்கள் இனத்தவரோடும் இணைந்து திருப்தியுடன் வாழ்ந்த காலம்.

அவர்கள் ஒருவரையொருவர் சந்திக்கும்போது "பகிர்ந்து கொள்" என்று சொல்லிக்கொள்வார்கள். அதாவது, இயற்கை அன்னை அவர்களுக்கு வாரி வழங்கு வதை மற்றவர்களோடு பகிர்ந்துகொண்டு, சிறு பகுதியை மிருகங்களுக்கும் பறவைகளுக்கும் அளிக்க வேண்டும். இதன்படி ஒவ்வொருவருக்கும் அவர்கள் தேவைக்கேற்பக் கிடைத்தது. யாரும் விட்டு விடப்படவில்லை. இயற்கை அன்னை – கரேஸிய மக்கள் ரத் என்று அழைப்பர் – செழிப்பு மிக்கவள். அவள் மடியில்தான் எல்லோரும் அண்ணன் தங்கை மாதிரி வாழ்கின்றனர். அமைதியும் மகிழ்ச்சியும் நிறைந்த வாழ்க்கை. இங்கே பொறாமை இல்லை, கெட்ட எண்ணங்கள் இல்லை, பேராசை இல்லை, வன்முறை இல்லை. மிகச்சிறந்த வாழ்க்கை அவர் களுடையது.

இம்மாதிரியான எளிய வசதியான வாழ்க்கை நூற் றாண்டுகளாக நடந்து வந்தது. ஆனால் இயற்கை ஆவி உலகப் பூதங்களைத் தங்கள் இச்சைப்படி நடக்க விட்டு விட்டது. எனவே ஆரவல்லி மலைப் பகுதியில் சற்று விசித்திரமான காரியங்கள் நடைபெறத் தொடங்கின.

மலைத்தொடரில் மிக உயரமான பகுதியில் ராமேரா என்ற சிறு கிராமம் இருந்தது. அங்கே ரமா என்ற ஒரு பெண் இருந்தாள். அவளைப் போன்ற அழகியை நீங்கள் பார்த்தே இருக்க மாட்டீர்கள். அவள் தன் அண்ணன் கோவலுடன் வசித்து வந்தாள். அவர்கள் சிறு வயதாக

   மரிஜா ஸ்ரெஸ்

இருக்கும்போதே அவர்களின் பெற்றோர் இறந்துவிட்டனர். இரக்க மனமுடைய மாமாவும் அத்தையும் அவர்களைக் கவனித்து வந்தனர். கோவல் வளர்ந்துவிட்டான். கல்யாணம் செய்துகொள்ள வேண்டிய பிராயம்.

அம்லா என்ற பெண்ணுக்கும் கோவலுக்கும் இடையே காதல் பிறந்தது. அவள் வேறொரு இனத்தைச் சேர்ந்தவள். அம்லா என்றால் கசப்பு என்றொரு அர்த்தமும் உண்டு. அந்தப் பெயர் அவளுக்கு உண்மையிலேயே பொருந்தக் கூடியதுதான். அவளை ஒரு பிசாசு பிடித்திருந்தது. அதனால் அவள் நிறைய கெட்ட காரியங்களைச் செய்து வந்தாள். ஆனால் வெளியே பார்க்கும்போது அவள் சாதுவாக இனிமையாகப் பேசுபவளாக, கவர்ச்சிகரமாகக் காட்சி அளிப்பாள். எனவே கோவலைச் சுலபமாகத் தன் வசம் இழுத்துக்கொள்ள முடிந்தது.

முதல் சந்திப்பிலேயே அவள் அவனுடன் படுத்து கர்ப்பவதி ஆகிவிட்டாள். அவன் அவளை அழைத்துக் கொண்டு சென்று தங்கை ரமாவுடன் ராமேராவில் வசிக்கத் தொடங்கினான். கோவல் அம்லாவிடம், "நான் என் தங்கை ரமாவை அவளுக்குத் திருமணம் ஆகும்வரை எந்தக் குறையும் வராமல் காப்பாற்றுவேன் என்று என் பெற்றோரிடம் சத்தியம் செய்து கொடுத்திருக் கிறேன். நீயும் அப்படியே இருக்க வேண்டும்" என்றான். அவளும் இனிமையாகச் சிரித்தபடி சம்மதித்தாள். ஆனால் அவள் மனதில் என்னென்ன திட்டங்கள் எல்லாம் உருவா யிற்றோ ?

அடுத்த நாள் காலையில் சூரியன் உதிக்கும் முன்பே அம்லா ரமாவை எழுப்பிச் சோள வயலுக்குப் போய் களை பறிக்கும்படி சொன்னாள். வேலை முடிந்த பிறகுதான் வீட்டுக்கு வர வேண்டும் என்று கட்டளையிட்டாள். தூக்கக் கலக்கத் திலிருந்த ரமா ஒரு கப் டீ தரும்படி அமலாவிடம் கேட்டாள். ஆனால் அவள் குடிக்க ஒரு டம்ளர் தண்ணீர்கூடக் கொடுக் காமல் வயலுக்கு அனுப்பிவிட்டாள்.

ரமா வயலுக்குச் சென்று வேலையைத் தொடங்கினாள். சூரியன் மேலே ஏற ஏற வெயில் கொளுத்திற்று. அண்ணி சாப்பிடுவதற்கு ஏதாவது ரொட்டியோ சப்ஜியோ அனுப்பு வாள் என்று காத்திருந்தாள். எதுவும் வரவில்லை. மத்தி யானத்துக்குப் பிறகு களைப்பினாலும் பசியாலும் அவள் தலை சுற்றி வயலிலேயே விழுந்துவிட்டாள்.

கண் விழித்தபோது இரவாகியிருந்தது. எப்படியோ தள்ளாடியபடி நடந்து வீட்டை அடைந்தாள். அங்கே வராந்தா வின் ஒரு மூலையில் கோவலும் அம்லாவும் உல்லாசமாகக்

காதல் புரிந்துகொண்டிருந்தனர். ரமா வந்ததைக் கவனிக்கவே இல்லை. ரமா அடுக்களைக்குள் சென்று உணவு ஏதாவது இருக்கிறதா என்று தேடினாள். அடுப்பின் மேல் ஒரு துண்டு ரொட்டி மட்டும் இருந்தது. அதை வாயில் இட்டுக் கொஞ்சம் தண்ணீர் குடித்து உள்ளே இறக்கினாள். அவள் கண்களில் நீர் நிறைந்தது. நேற்றுவரை அது அவளுடைய வீடாக இருந்தது. அடுக்களையும் அவளுடையதுதான். கண்ணைத் துடைத்துக் கொண்டு வராந்தாவின் மறுபக்கம் சென்று படுத்ததும் உடனே தூங்கிவிட்டாள். இயற்கையின் தாலாட்டில் அவள் அயர்ந்து உறங்கினாள்.

மறுநாள் அதிகாலையில் அம்லா அவளை எழுப்பி வெள்ளரி வயல் வேலைக்கு அனுப்பினாள். அன்றும் அவளுக்குச் சாப்பாடு எதுவும் கிடைக்கவில்லை. சில வெள்ளரிக்காய் களைப் பறித்துத் தின்றாள். மாலையில் மிகவும் களைப்புடன் வீடு திரும்பியபோது கோவலும் அம்லாவும் அணைத்தபடி வராந்தாவில் அயர்ந்து தூங்கிக்கொண்டிருந்தனர். அடுக்களை யில் ஓர் உலர்ந்த சப்பாத்தி இருந்தது. அதைத் தின்று கொஞ்சம் குளிர்ந்த தண்ணீரைக் குடித்துவிட்டு உறங்கிவிட்டாள்.

மூன்றாவது நாள் காலையில் அம்லா ரமாவை நெல் வயலுக்குக் களைபிடுங்க அனுப்பினாள். அன்றைக்கும் அவளுக்கு உணவோ தண்ணீரோ கிடைக்கவில்லை. சூரியன் மேலே ஏற ஏற அவள் உடல் வதங்கியது. களைப்பு மேலிட்டதால் மயங்கி விழுந்தாள். நினைவு வந்தபோது மாலையாகிவிட்டது. சிரமத்துடன் நடந்து வீட்டுக்குச் செல்லும்போது அவள் தன் அண்ணன் ஏன் இப்படி மாறிவிட்டான் என்று ஆச்சரியப் பட்டாள். ஒரே வாரத்தில் அவன் வேறு ஆளாகிவிட்டான். எத்தனை வருஷமாகத் தன்னை அன்புடன் ஆதரித்தவன். ஒரே நாளில் எங்கிருந்தோ வந்த ஒரு பெண் அவனை அப்படியே மாற்றிவிட்டாளே. இப்படியும் ஒருத்தி மந்திரம் போட்டு அவனை மயக்க முடியுமா?

அண்ணனிடம் நேரில் பேசிவிட வேண்டும் என்று நினைத் தாள். வீட்டுக்கு வரும்போது அவன் அடுக்களையில் இருந்து சுகமாகச் சாப்பிட்டுக்கொண்டிருக்கிறான். விதவிதமான கறிகள். அவன் முன்னால் வந்து நின்று கொண்டு ரமா, "அண்ணா, பசியால் செத்துக்கொண்டிருக்கிறேன். எனக்கும் ஏதாவது உணவு கொடு" என்றாள். கோவல் வாயைத் திறக்குமுன் அம்லா உள்ளேயிருந்து ஓடிவந்தாள். ரமாவைப் பார்த்து, "பசிக்கிறதா உனக்கு மூதேவி. போ, கிணற்றில் போய் விழு. அங்கே நிறைய மீன் இருக்கு, அதைத் தின்று தண்ணீர் குடி. போ இங்கிருந்து" என்று கத்தியபடி ரமாவைப்பிடித்துத்

                                           மரிஜா ஸ்ரெஸ்

தள்ளினாள். ரமா அழும் சப்தம் வெளியே கேட்காமலிருக்கப் பாத்திரங்களைப் போட்டு உலுக்கினாள். கோவல் வாயைத் திறக்கவேயில்லை.

அண்ணியின் கத்தலையும் அண்ணனின் மௌனத்தையும் கண்டு அதிர்ச்சியடைந்த ரமா அவன் முன்னால் போய் நின்று கத்தினாள். "நீயும் ஒரு அண்ணனா? என்னை வைத்துக் காப்பாற்றுவதாக அம்மாவிடம் சத்தியம் செய்து கொடுத் தாயே? செய்தாயா? இப்படிக் கோழையாகிவிட்டாயே, வெட்கம் இல்லையா உனக்கு! நீயும் உன் பெண்சாதியும் நாசமாய்ப் போக! அம்மாவிடம் பொய்ச் சத்தியம் செய்து கொடுத்தாய். தங்கையை நிராதரவாய் ஆக்கினாய். உனக்கு என்ன கதி ஏற்படப் போகிறது பார்" என்று கத்தினாள்.

ரமா வீட்டை விட்டு இறங்கினாள். தான் வேலை செய்த வயலுக்கே சென்றாள். நடக்கும்போதே வானத்தைப் பார்த்து, "குத்ரத் தெய்வமே, என்னைப் படைத்த இரக்கமுள்ள கடவுளே, என்னைக் காப்பாற்று, என் பசிக்கு ஏதாவது தா. எனக்கு அடைக்கலம் கொடு. பசியால் செத்துக் கொண்டிருக்கிறேன். யாரையாவது அனுப்பி என்னைக் காப்பாற்று" என்று கதறினாள்.

உடனே வானம் கறுத்தது. மின்னல் வெட்டி இடி முழங்கியது. எல்லோரையும் ரட்சிக்கும் கடவுளின் கிருபை அவள்மேல் விழுந்தது. மழை கொட்டியது. மீண்டும் மீண்டும் முழங்கிய இடியோசையில் ஊரிலுள்ளோர் பயந்து நடுங்கினர். ஓர் அற்புதம் நிகழ்ந்தது. வானில் இருந்து தோன்றிய ஒரு தேவதை ரமாவிட_ம் வந்து தன் சிறகால் அவளை அணைத்துக் கொண்டது. ஒரு துளி மழைகூட அவள்மேல் விழவில்லை. இரவு முழுதும் மழை கொட்டியது. ஆனால் அவள் நின்ற இடம் மட்டும் ஈரம் படாமல் உலர்ந்திருந்தது. அந்த இடத்தில் காற்று வீசவில்லை. களைப்பினால் ரமா தூங்கிவிட்டாள். நினைவு வந்தபோது அவள் ஒரு மரத்தடியில் கிடக்கிறாள். மேலே கிளைகளும் இலைகளுமாகச் சூரியனை மறைந்திருக் கிறது. எங்கிருந்தோ வரும் சப்பாத்தி சுடும் வாசனையும் பருப்புக் குழம்பின் மணமும் மூக்கைத் துளைக்கின்றன. கண்ணை விழித்துப் பார்த்தபோது அருகே ஒரு பாத்திரத்தில் சுடச்சுட உணவு. ஒரு பெரிய கலயத்தில் தண்ணீர். அதன் அருகே ஒரு கெட்டிலில் சுடச்சுட டீ. யாருடைய வேலை இது?

மகிழ்ச்சியுடன் குளித்துவிட்டுச் சாப்பிடத் தொடங்கினாள். உடம்பில் புதிய தெம்பு வந்துவிட்டது. ஒரு பக்கத்தில் ஒரு மூட்டை நிறைய சோள விதைகள் தென்பட்டன. வயல் நன்றாக உழப்பட்டுத் தயாராக இருக்கிறது. சோளத்தை எடுத்து வயலில்

விதைத்தாள். அது முடிந்ததும் அங்கே ஒரு கூடை நிறைய அரிசி மற்றும் பூசணிக்காய், கத்திரிக்காய், அவரைக்காய், முட்டைக்கோஸ் போன்ற காய்கறிகள் இருப்பதைக் கண்டாள். ஒரு நல்ல சாப்பாட்டுக்குத் தேவையான காய்கறிகள்.

யார் இவற்றைச் செய்திருப்பார்கள் என்று அவள் யோசித்துக்கொண்டிருக்கும்போது, ஆட்களின் கூக்குரலும் குதிரைகளின் குளம்போசையும் வருவதைக் கேட்டாள். ராஜ உடை அணிந்த ஓர் அழகிய வாலிபன் சில வீரர்களுடன் வந்துகொண்டிருந்தான். அவள் அருகில் வந்ததும் தனக்கும் தன்னுடன் வந்தவர்களுக்கும் குடிக்கத் தண்ணீர் கிடைக்குமா என்று கேட்டான். அவள் தண்ணீர் இருந்த பானையை எடுத்தாள். அவன் குனிந்து தன் கைகளைக் குவித்துக் கொள்ள அவள் அவன் கைகளில் தண்ணீரை ஊற்றினாள். அவனுடன் வந்தவர் களும் தண்ணீர் குடித்தனர். என்ன ஆச்சரியம், பானையில் தண்ணீர் குறையாமல் அப்படியே இருந்தது!

"என் பெயர் வகேலா, ராஜஸ்தானத்தின் இளவரசன்" என்றான் அவன். "நீ யார் அழகிய கறுப்புப் பெண்ணே?" என்று கேட்டான். அந்த ஆதிவாசி இளம் பெண்ணின் அழகும் குணமும் அவனைக் கவர்ந்துவிட்டதாகத் தோன்றியது.

"நான் ரமா. மலையில் உள்ள ரமேரா கிராமத்தைச் சேர்ந்தவள்" என்றாள் அவள்.

வகேலா அவள்முன் மண்டியிட்டு, "ரமா, என்னுடன் வருவாயா? என்னை மணந்துகொள்ள உனக்குச் சம்மதமா?" என்று கேட்டான்.

"குத்ரத் தெய்வத்தின் விருப்பம் அப்படியிருந்தால் எனக்கு முழுச் சம்மதம்" என்றாள் ரமா. அப்போது வானில் இருந்து இறங்கிய இரண்டு பறவைகள் ரமாவின் குடிசையின் கூரைமேல் வந்தமர்ந்தன.

அழகிய ரமாவை ராஜகுமாரன் வகேலா அப்படியே தூக்கித் தன் குதிரைமேல் அமர்த்தி அரண்மனையை நோக்கிச் சென்றான். அவனுடன் வந்தவர்கள் அவர்களைத் தொடர்ந்து சென்றனர். ஆதிவாசிப் பெண்கள் ராஜ குடும்பத்தைச் சேர்ந்தவர் களைக்கூடக் கணவராக வரிக்கும் வழக்கம் அப்போதுதான் ஆரம்பித்தது.

அரச குமாரனுடன் குதிரையில் காட்டையும் வயல்களை யும் கடந்து செல்கையில், தூரத்தில் ஒரு வீடு சிதைவுற்று அழிந்து கிடப்பதைக் கண்டாள். அந்த இடம் தனக்குப் பரிச்சய முள்ளதாகத் தோன்றவே மீண்டும் கவனமாகப் பார்த்தாள்.

                                      மரிஜா ஸ்ரெஸ்

ஆம், அது அவளுடைய வீடுதான். தன் அண்ணன் கோவலுடன் வசித்து வந்த வீடு. இரவு பெய்த கடும் மழையிலும் புயலிலும் அது இடிந்துவிட்டது. குத்ரத் தெய்வம் எவ்வளவு சக்தி வாய்ந்தது, நியாயமானது என்பதை அப்போது அவள் அறிந்துகொண்டாள்.

*(ரமேரா கிராமத்தில் நனிபென் பரண்டா பாடிய
ஒரு நாடோடிப் பாடலைத் தழுவியது.)*

ஊ ஃ

தந்திரமுள்ள காகங்கள்

முன்னொரு காலத்தில், துங்ரி கரேஸியா ஆதிவாசி களின் ராஜ்யத்தில், காரு மன்னனும் புல்மணி ராணியும் ஒரு நாள் ஒரு நிம்டோ மரத்தின் நிழலில் அமர்ந்திருந்தனர். பெரிய மரம் அது. தன் கிளைகளை வெகு தூரத்துக்குப் பரப்பியிருந்தது. ஓர் அடர்ந்த மரக்கிளையின் கீழ் அவர்கள் உட்கார்ந்திருந்தனர். வெளியே வெயில் கடுமையாக இருந்தது. உண்மையில் அந்தக் கோடைகாலம் மிகவும் மோசமாக இருந்தது. ஆறுகளும் குளங்களும் வற்றிக் கிடந்தன. பச்சைப் புற்கள் காய்ந்து கிடந்தன. பஞ்சம் தலைவிரித்தாடியது. ஆனால் அரண்மனையில் இருப்பவர் களுக்கு இதொன்றும் தெரியாது. ராஜாக்களையும் ராணி களையும் பஞ்சம் பாதிக்காதே. அவர்களுக்குத் தெரிந்த தெல்லாம் வெயில் சற்றுக் கடுமையாக இருக்கிறது என்பது தான்.

அந்த நிம்டோ மரத்தில் காகங்களின் குடும்பம் ஒன்று வசித்து வருகிறது என்பதோ, அப்போது அங்கே ஒரு வாக்குவாதம் நடைபெற்றுக்கொண்டிருக்கிறது என்பதோ அவர்களுக்குத் தெரியாது.

"நம் குஞ்சுகளுக்கு ஒரு வாய் உணவு கொண்டு வர என்னால் முடியவில்லை" என்றது அம்மா காகம். "மூன்று நாட்களாக இவை பட்டினி கிடக்கின்றன. நாம் என்ன செய்வது?"

"எனக்குத் தெரியுமே" என்றது அப்பா காகம். "உன்னைப் போல்தான் நானும். நான் என்ன செய்ய முடியும். மரத்தில் ஒரு காய் பழம் இல்லை. பச்சைப் புல் நுனியைப் பார்க்கவே முடியவில்லை. செத்துப் போன மிருகத்தையும் காணவில்லை."

                                                    மரிஜா ஸ்ரெஸ்

"ஏதாவது செய்யுங்கள்" என்றது அம்மா காகம். "குஞ்சுகள் பசியால் கரைவதை என்னால் சகித்துக்கொள்ள முடியவில்லை. அவை செத்துப் போய்விடக் கூடாது."

கீழே அரசன் குறட்டை விட்டுத் தூங்கிக் கொண்டிருந் தான். புல்மணி ராணி கண்விழித்தவள் காகங்களின் பேச்சைக் கேட்டுக்கொண்டிருந்தாள். (அந்தக் காலத்தில் ஆதிவாசி மக்களுக்கு மிருகங்கள், பறவைகளின் மொழி தெரியும்.) ராணி தன் கணவரைத் தட்டி எழுப்பினாள்.

"காரு, இதற்கு நாம் ஏதாவது செய்தாக வேண்டும்" என்று அவசரப்படுத்தினாள்.

கண்ணைக் கசக்கியபடியே ராஜா, "என்ன விஷயம்? என்ன சொல்கிறாய் நீ?" என்று கேட்டான்.

"நாம் உடனே காப்பாற்றாவிட்டால் இந்தக் காக்கைக் குடும்பம் அழிந்துவிடும். மூன்று நாட்களாக இரையொன்றும் கிடைக்காமல் அவை பட்டினி கிடக்கின்றன."

"ரொம்பவும் அலட்டிக்கொள்ளாதே. இந்தக் காகங்கள் சாமர்த்தியமுள்ளவை. எப்படியாவது சமாளித்துக்கொண்டு விடும். சரி, அரண்மனைச் சமயலறை உன் பொறுப்பில் தானே இருக்கிறது. நீயே இவற்றுக்கு உணவு கொடு" என்று சொல்லிவிட்டு ராஜா திரும்பிப் படுத்துக்கொண்டான்.

புல்மணி ராணி இந்த விஷயத்தை ராஜா மிகவும் அலட்சிய மாகக் கருதியதை நினைத்து எரிச்சலடைந்தாள். அவள் இரக்க சுபாவமுள்ளவள். இந்த மாதிரி சிறு பிராணிகளுக்கு ஏதாவது உதவ வேண்டும் என்பதில் ஆர்வமுள்ளவள். தலையை உயர்த்திக் காகங்களின் குடும்பத்தைப் பார்த்தாள். தாங்கள் பேசியதை அந்தப் பறவைகளும் கேட்டிருக்கும். தனக்கு ஒரு பொறுப்பு இருப்பதாக அவள் உணர்ந்தாள். அவளுக்குத் துணிச்சல் உண்டு. அரசனை மீண்டும் உலுக்கி எழுப்பி, உரத்த குரலில், "வெட்கம் கெட்ட ஆள். ராஜா என்ற முறையில் எல்லா உயிர்களையும் காக்கும் பொறுப்பு இருப்பது தெரியாதா? என்ன உறக்கம் வேண்டியிருக்கிறது. நான் தூக்குப் போட்டுக் கொண்டு உங்களுக்கு ஒரு பாடம் கற்பிக்கிறேன்" என்றவள் எழுந்து நின்று, தன் புடவையில் முடிச்சுப் போட்டு அதைக் கிளையின் மேலாக வீசினாள். காக்கைக் குடும்பம் இதைப் பார்த்துத் திடுக்கிட்டுவிட்டது. பலமாகக் கரைச்சல் எழுப்பியது. அந்தச் சப்தத்தில் ராஜா மீண்டும் விழித்துக் கொண்டான்.

"என்ன, என்ன நடக்கிறது?" என்று கேட்டான். ராணி புடவைத் தலைப்பைத் தன் கழுத்தில் சுற்றிக் கொள்வதைப்

பார்த்தான், "உனக்குப் பைத்தியம் பிடித்துவிட்டதா? என்ன செய்கிறாய்?" என்று கத்தினான்.

"நீங்கள் அதைச் செய்ய மாட்டேன் என்கிறீர்களே" என்றான்.

"எதைச் செய்யமாட்டேன்?"

"அந்தக் காக்கைக் குடும்பத்துக்கும் பஞ்சத்தால் வாடும் பறவைகளுக்கும் உதவ மறுக்கிறீர்களே."

"ஓ, அது அவ்வளவு முக்கியம் என்று கருதவில்லை. மேலும் அடுக்களையிலிருந்து மிஞ்சிய உணவுப் பொருட்களை அவற்றுக்கும் போடும்படி உன்னிடம் சொன்னேனே !"

"பொறுப்பே இல்லாதவர் நீங்கள் என்பதைத்தான் இது காட்டுகிறது" என்றாள் புல்மணி. புடவையை இழுத்து அது உறுதியாக இருக்கிறதா என்று பார்த்துவிட்டு அதில் ஒரு சுருக்குப்போட எத்தனித்தாள்.

"பொறு பொறு" என்று கதறினான் ராஜா. "அவசரப்படாதே. நீ செத்துப் போனால் காகங்களின் பிரச்சினை தீர்ந்துவிடுமா? அல்லது வேறு ஏதாவது...?"

அந்தச் சமயத்தில் அம்மா காகம் சற்றுத் தாழ்வான கிளைக்குக் குதித்து ராஜாவைப் பார்த்து, "உண்மையைச் சொல்லப்போனால் அது பிரச்சினையை ஓரளவு நிவர்த்திக்கத் தான் செய்யும் தற்காலிகமாக. ராணி செத்துப் போனால் அவள் இறந்த உடலின் ஒரு பகுதியை நாங்கள் காகங்கள் உண்டு பசி தீர்ப்போம். உடலின் மீதிப்பாகம் மேலும் சில நாட்களுக்கு வரும். நாங்கள் எதையும் தின்போம் என்பது உங்களுக்குத் தெரிந்ததுதானே" என்றது.

"அட கடவுளே" என்று கத்தினான் ராஜா, திகைத்தாற் போல். "இந்தக் கோணத்தில் நான் நினைக்கவேயில்லை. ராணி, நிறுத்து உன் முயற்சியை. அரண்மனைக் களஞ்சியத்தைத் திறந்து அதிலுள்ள பொருட்களை இந்தக் காகங்களுக்குக் கொடுக்க ஆணையிடுகிறேன். மற்ற பறவைகளுக்கும் பிராணிகளுக்கும் மக்களுக்கும் அதிலுள்ள உணவுப் பொருட்கள் கொடுக்கப்படும்."

ராணி புல்மணி தன் கணவனைப் பார்த்தாள். "உண்மை யாகவா ! நீங்கள் முழு மனசோடுதான் சொல்கிறீர்களா?"

"ஆமாம், ஆமாம்" என்றான் மன்னன். கையைத் தட்டி தூரத்தில் நின்றுகொண்டிருந்த சேவகர்களை அழைத்து ஆணை பிறப்பித்தான். "ஒருவர் தவறாமல் அனைவருக்கும் உணவு கிடைக்க வேண்டும். தரையில் உலவும் மிருகங்களுக்கும் வானில் பறக்கும் பறவைகளுக்கும் வழங்கப்பட வேண்டும்."

   மரிஜா ஸ்ரெஸ்

இவ்விதமாக ஒரு பெரும் அழிவு ஏற்படாமல் தவிர்க்கப் பட்டது.

ஒரு தெரியமுள்ள ராணி தனது ராஜ்யத்திற்கு ஏற்பட விருந்த விபத்தை ஒரு காகத்தின் உதவியால் அகற்றிய கதை இது. அன்றுமுதல் துங்ரி கரேஸியா மக்கள் காகத்தை அறிவும் முன்யோசனையும் உடைய ஒரு பறவையாகக் கருதினர் என்பதைக் கூறவும் வேண்டுமோ? காரு ராஜா சொல்கிறபடி, 'காகங்கள் மிகவும் சாமர்த்தியம் உள்ளவை. எதையும் சமாளிக்கும் திறன் கொண்டவை.' சில சமயங்களில் மனிதர்களையே தங்கள் உதவிக்குப் பயன்படுத்திக் கொள்கின்றன.

ஊ ஊ

அரளிச் செடியில் பதுங்கிய நாகம்

வெகு நாட்களுக்கு முன், ஆரவல்லிக் காடுகளுக் கருகில் ஜெட்வா என்ற கிராமத்தில் தனன் கராரி, மங்லி என்ற தம்பதியர் வசித்து வந்தனர். தனன் அந்தக் கிராமத்து அதிகாரி. அவனது இளம் மனைவி மங்லி தனது முதல் குழந்தையைப் பிரசவித்திருந்தாள். ஒரு பெண் குழந்தை. இதில் தனனுக்குக் கொஞ்சம் வருத்தம் தான். ஆண் குழந்தைக்காக ஆசைப்பட்டிருந்தான் அவன்.

தனன் வேலைக்குப் போனவுடன் மங்லி காய்கறித் தோட்டத்துக்குப் போய்விடுவாள். இரண்டு மரங்களில் கயிறு கட்டி அதில் ஒரு பழைய ஸாரியை ஊஞ்சலாகத் தொங்கவிடுவாள். இது குழந்தைக்குப் பாதுகாப்பாக இருக்கும். பாம்போ தேளோ அணுகாது. அவ்வப்போது மங்லி குழந்தையை வந்து எட்டிப் பார்த்துக் கொள்வாள். தாலாட்டுப் பாடுவாள். ஈக்களை விரட்டுவாள். தாயைப் பார்த்ததும் குழந்தை கிளு கிளு என்று சிரிப்பது அழகாக இருக்கும்.

ஒருநாள் மங்லி தோட்டத்துக்கு வெளியே சற்றுத் தூரத்தில் அடுப்புப் பற்றவைக்கக் கரி எடுத்துவரச் சென்றாள். கொஞ்ச நேரம் குழந்தைக்குப் பாதுகாப்பாக யாரும் இல்லை. தனனுடைய நாய்கூட எங்கோ போய் விட்டிருந்தது. அந்தச் சமயம் பார்த்து அங்கு ஒரு புலி வந்தது. பக்கத்துக் காட்டிலிருந்து குழந்தை வாசனையைப் பிடித்து சப்தமிடாமல் வந்தது. குழந்தையின் கழுத்தைப் பற்களால் கௌவி அதை இழுத்துக்கொண்டே காட்டுக் குள் சென்று அதன் ரத்தத்தைக் குடித்தது. குழந்தை ரத்தம் என்றால் புலிகளுக்குக் கொண்டாட்டம்.

   மரிஜா ஸ்ரெஸ்

மங்லி திரும்பி வரும்போது தரையெங்கும் சிந்திக்கிடக்கும் ரத்தத்தைப் பார்த்ததும் அலறிவிட்டாள். ஊஞ்சலைப் பார்த்தால் அதில் குழந்தையைக் காணவில்லை. பயத்துடன் அவள் கூச்ச லிட்டுத் தனனை அழைத்தாள். தனனுடன் கிராமத்திலுள்ள சிலரும் ஓடி வந்தனர். ஒரு பயனுமில்லை. குழந்தையைப் புலி கொண்டுபோய்விட்டது. அந்த வீடு மட்டுமல்ல, ஜெட்வா கிராமம் முழுவதுமே துக்கத்தில் ஆழ்ந்தது.

மாதங்கள் கடந்தன. தனனின் வீட்டில் மீண்டும் மகிழ்ச்சி துளிர்த்தது. இரண்டாவது குழந்தை பிறந்திருக்கிறது. ஓர் ஆண் குழந்தை! ஆரவாரங்களுக்கும் மகிழ்ச்சிக்கும் இடையே தனன் மங்லியிடம், "ஜாக்கிரதை. என் மகனின் இரத்தத்தையும் புலி ருசி பார்த்துவிடக் கூடாது" என்று எச்சரித்தான்.

மங்லி குழந்தையைத் தன் பார்வையிலிருந்து அகலவிடாமல் பார்த்துக்கொண்டாள். சொல்லப் போனால் அவள் இரவில் தூங்குவதே இல்லை. குழந்தையையே கவனித்துக் கொண்டிருந் தாள். இந்த விதமாகத்தான் ஒரு பூர்ண நிலவொளியில் அவள் தோட்டத்தைப் பார்த்தபோது ஓர் அற்புதக் காட்சியைக் கண்டாள்.

ஒரு ராஜநாகம் கம்பீரமாகத் தலையைத் தூக்கியடி நிற்கிறது. அதன் தலையில் வைரங்கள் மின்னின. அதன் அருகில் அதற்கு இணையாக ராணி நாகம். அதன் கழுத்தில் முத்து மாலை. அவை இரண்டும் பேசிக்கொண்டிருப்பதை மங்லி கேட்டுக் கொண்டிருந்தாள். அவளுக்குத்தான் எல்லா ஆதிவாசிகளையும் போல் மிருகங்கள் பிராணிகள் பறவைகள் மொழியெல்லாம் தெரியுமே.

"நல்ல குளிர்ச்சியாக நிழலுடன் இருக்கிறது இந்த இடம்" என்றது ராஜநாகம். "இதற்கு முன் நாம் பார்த்த இடத்தை விட நன்றாக இருக்கிறது. இங்கேயே நாம் வெயில் காலத் திற்கான கூட்டைக் கட்டிக்கொள்ளலாம். இந்தத் தம்பதிகள் நல்லவர்களாகத் தோன்றுகிறது. ஒரு குழந்தையும் இருக்கிறது. காட்டிலிலுள்ள புலிகளிடமிருந்து அதை நாம் காப்போற்றுவோம். நம் பற்கள் உறுதியானவை. விஷம் நிரம்பியவை. புலிகள் காட்டை விட்டு வருவதற்கு முன்பே அதன் மெல்லிய காலடி யோசை நமது நுட்பமான காதுகளுக்கு எட்டிவிடும்" என்றது.

"உங்களைப் போல்தான் எனக்கும் குழந்தைகள் என்றால் மிகவும் பிரியம்" என்றது ராணி நாகம். சுற்றுமுற்றும் பார்த்துக் கொண்டே. "ஆனால் இங்கு அரளிச் செடிகள் ஒன்றையுமே காணவில்லையே. அதுதான் வெயில் காலத்தில் நமக்கு நல்லது. அரளி இல்லாவிட்டால் நான் இங்கு வசிக்க விரும்பவில்லை" என்று கூறியது.

இவ்வாறு பாம்புகள் பேசுவதைக் கேட்ட மங்லியின் மனம் துடித்தது. அவை அங்கு தங்க வேண்டுமே என்று தன் பாது காவலனான பூதத்தை வேண்டினாள். வெகுவிரைவில் ஒரு அரளிச் செடியை நட்டுவிடுவதாகத் தீர்மானித்தாள்.

அடுத்த நாள் அவள் பக்கத்து வீட்டுத் தோட்டத்திலிருந்து ஓர் அரளிச் செடிக் கிளையை ஒடித்து வந்து தங்கள் குளிய லறையின் வெளியே ஒரு சிறு குழியில் நட்டு வைத்தாள். அந்த இடத்தில் தரை ஈரமாக இருந்தது. அதை நடும்போது தன் பூதத் திடம் பாம்புகளைச் சற்றுப் பொறுத்திருக்கும்படியும் வேறெங்கும் சென்றுவிடாதபடியும் கேட்டுக்கொள்ளப் பிரார்த் தித்தாள். அரளிச் செடி விரைவில் வளர்ந்து விடும் என்று நினைத்தாள். அவள் எண்ணியபடியே செடி வேர் விட்டு உயர்ந்து வளர்ந்து நிழல் பரப்பியது. இரண்டு பாம்புகளும் அதன் வேரடியில் குடியேறியதைப் பார்த்ததும் அவளுக்கு மகிழ்ச்சியாக இருந்தது.

அதேசமயம் காட்டில் இருந்த புலிக்குக் குழந்தையின் வாசனை எட்டியது. ஆண் குழந்தையின் இரத்தத்தை ருசி பார்க்க அது துடித்தது. காட்டிலிருந்து கிளம்பி மங்லியின் வீட்டைச் சுற்றத் தொடங்கியது. இரண்டு தூண்களுக்கு இடையே கட்டப்பட்ட ஊஞ்சலில் குழந்தை தூங்குவதைக் கண்டுபிடித்தது.

வந்திருக்கும் ஆபத்தை அறியாமல் மங்லி தோட்டத்தில் வேலை செய்துகொண்டிருந்தாள். குழந்தையை விட்டுவிட்டு அவள் ஏதோ வேலையாக வீட்டுக்குள் செல்லும்வரை புலி வேலியின் அருகே மறைந்திருந்தது. அவள் வீட்டுக்குள் சென்றதும் புலி ஒரே தாவலாக வேலியைத் தாண்டி அரளிச் செடியை நெருங்கியது. அப்போது மங்லி ஏதோ ஆபத்து வந்திருக்கிறது என்ற உணர்வில் வீட்டிலிருந்து வெளியே வந்தாள். ஊஞ்சல் அருகே வந்த போதும் அரளிச்செடியின் அருகே பதுங்கியிருந்த புலியை அவள் கவனிக்கவில்லை.

ஆனால் பாம்புகள் கவனித்துவிட்டன. புலியும் தனக்கு வரவிருக்கும் ஆபத்தை உணரவில்லை. பெண் நாகம் ஹிஸ்ஸென்ற ஒலியுடன் சீறித் தன் பற்களைப் புலியின் காலில் பதித்தது. புலி வலியில் கதறியபடி திரும்பியது. மின்னல் வேகத்தில் ஆண் பாம்பு புலியின் கழுத்தில் கொத்தியது. அதன் விஷம் புலியின் உடலில் ஏறியதும் அது துடித்துச் சுருண்டு கீழே விழுந்து அசைவற்றுக் கிடந்தது.

'ஓ'வென்று அலறியபடியே மங்லி குழந்தையைக் காப்பாற்ற ஓடி வந்தாள். பாம்புகள் அவளுக்காக அந்த உதவியை ஏற்கனவே செய்து முடித்துவிட்டன.

                                          மரிஜா ஸ்ரெஸ்

அதன் பிறகு துங்ரி கரேஸியா ஆதிவாசிகளிடையே அரளிச் செடி மிக முக்கியத்துவம் பெற்றுவிட்டது. எல்லா வீடுகளின் முன்பும் அது நடப்பட்டு மலர்ந்தது. அதன் பூக்கள் வெள்ளையாக இருந்தன, சில சிவப்பாகவும் இருந்தன. பாம்புகள் அரளிச் சாற்றில் தங்கள் பற்களைச் சுத்தம் செய்வதால் அது நச்சுத் தன்மை கொண்டிருக்கிறது என்பதையும் அறிந்துகொண்டனர். இரண்டு பாம்புகள் எப்படி மங்லியின் குழந்தையை காப்பாற்றின என்பதையும் அவர்கள் மறக்கவில்லை.

அந்தக் குழந்தை சற்று வளர்ந்து ஊஞ்சலை விட்டுத் தரையில் தவழத் தொடங்கியதும் அது முதலில் கால் பதித்தது – ஆம், வேறென்ன – ஒரு புலித்தோலின் மேல்தான்.

ര ഇ

துங்ரி கரேஸியா

துங்ரி கரேஸியா (குன்றுகளில் வாழும் கரேஸியா ஆதிவாசிகள்) மத்திய இந்தியாவில் குஜராத் மற்றும் தெற்கு ராஜஸ்தானில் ஆரவல்லி மலைத் தொடரில் வசிக்கின்றனர்.

குஜராத்தில் அதிகமாக சபர்காந்தா மாவட்டத்திலும் பிலோடா, விஜயநகர், மேக்ராஜ் தாலுகாக்களிலும் வாழ் கின்றனர்.

'கரேஸியா' என்ற சொல் வடமொழியின் 'கிராஸ்' (துண்டு) என்பதிலிருந்து பிறந்தது. இது அன்னிய நாட்டைப் படையெடுப்பவர்கள் தங்கள் பங்காக விளைவதில் ஒரு பகுதியைக் கோருவதைக் குறிக்கும். இந்த இடத்தில் அது மன்னருக்குச் செய்த உதவிக்குப் பரிசாக ஆதிவாசி களுக்குச் சில கிராமங்களை அளித்ததைக் குறிக்கிறது. பல நூற்றாண்டுகளுக்கு முன் மேவாரில் தோன்றிய பில் இனப் பெண்கள் ராஜபுத்ர இனத்தவரை மணந்து கொண்டனர். தங்களை உயர்ந்த ஜாதி எனக் கூறினர்.

ஆதிவாசிக் கிராமங்கள் நெருங்கிய வீடுகள் உள்ள இடமல்ல. நேர்மாறானவை. சபர்காந்தாவில் ஆதிவாசிக் குடும்பங்கள் வெறும் ஓலைக் குடிசைகளே. மலைச் சரிவுகளில் இங்கொன்றும் அங்கொன்றுமாகக் காணப் படுபவை. குடிசையைச் சுற்றி வயல்களும் பள்ளத்தாக்கு களும் இருக்கும். குடிசை என்பது ஜன்னல்களோ காற்று வருவதற்கான திறப்புகளோ இல்லாத ஒற்றை அறை கொண்ட இடம். (இரவில் பிசாசுகள் ஜன்னல் வழியாக உள்ளே புகுந்துவிடும்.) குடிசையின் நீள அளவில் ஒரு வராந்தா இருக்கும். அருகில் ஒரு ஷெட்டில் எருமை களும் ஆடுகளும் கட்டப்பட்டிருக்கும். இரண்டு குடிசை களுக்கிடையே ஒன்றிரண்டு மைல் இடைவெளி இருக்கும்.

    மரிஜா ஸ்ரெஸ்

பகுதி பகுதியாகப் பிரிக்கப்பட்டிருக்கும். ஒவ்வொரு பகுதி யிலும் ஒரே இனப்பெயர் கொண்ட குறிப்பிட்ட இன மக்களே – ராவத்தவாடாவைச் சேர்ந்த கோப்ஸாக்கள் அல்லது ரமேரா வைச் சேர்ந்த கத்தாரர்கள் – வசித்தனர். இந்தப் பல்வேறு இனமக்கள் ஒட்டுமொத்தமாகப் பாலியாக்கள் என அழைக்கப் பட்டனர். ஆனால் இவர்களிடையே ஒற்றுமையோ நட்போ இராது.

கரேஸியா என்பவர்கள் பில் என்ற பெரிய மலை ஜாதி இனத்தின் ஒரு பகுதிதான். இவர்கள் சுதந்திர உள்ளம் படைத்த வர்கள். சண்டைப் பிரியர்கள். வில்வித்தையில் தேர்ச்சி பெற்றவர் கள். (துரோணரின் சீடன் ஏகலைவன் இந்த பில் இனத்தைச் சேர்ந்தவன்தான்.) துங்ரி கரேஸியர்களுக்கு ஒரு பெரிய பெருமை உண்டு. உதயப்பூர் ராஜபுத்ர மன்னர்கள் அளிக்கும் விருந்தில் சுரேஸியர்களின் முன்னோர் பங்கெடுத்துக்கொள்வார்களாம். காலனிய ஆட்சியின் போது பிரிட்டிஷார் பில் இன மக்களைப் பிரித்து ராஜஸ்தான், குஜராத், மத்தியப் பிரதேசம் என்ற மாநிலங்களில் குடியமர்த்திவிட்டனர். அவர்களுடைய ஆதிவாசி மொழியையும் பிரித்துவிட்டனர். அவர்கள் ஒற்றுமையும் குலைந்தது. நான் இருந்த குஜராத் மாநிலத்தில் அவர்கள் குஜராத்தி மொழியையும் தங்கள் இன மொழியையும் கட்டாய மாகப் படிக்க வேண்டும். கொஞ்சம் கொஞ்சமாக அவர்கள் தங்கள் மொழியான பிலியை வெறுக்கத் தொடங்கி விட்டனர். அதைக் 'கடி போலி' (அழகற்ற மொழி)யாகக் கருதினர். தங்கள் நாட்டுக் கதைகளையும் பழக்க வழக்கங்களையும் மறந்து விட்டனர்.

சபர்காந்தாவின் ஊடே செல்லும் ஆரவல்லி மலை ஒரு காலத்தில் அடர்ந்த காடாகவும் ஏராளமான மிருகங்கள் நிறைந்த தாகவும் விளங்கியது. பெரிய மர வியாபாரக் கம்பெனிகள் இஷ்டம் போல் மரங்களை வெட்டிவிட்டதால் இது வறண்ட பூமியாகக் காட்சி அளிக்கிறது. ஆதிவாசி ஆண்களும் பெண்களும் பேராசைபிடித்த காண்ட்ராக்டர்களின் ஆசை வார்த்தைகளை நம்பி நகரங்களுக்குச் சென்றுவிட்டனர். அவர்களுடைய நிலங்கள் பல கும்பல்களால் கைப்பற்றப்பட்டுவிட்டன. சட்டப் பாதுகாப்பு இருந்தும் அரச உதவியோ பாதுகாப்போ கிடைத்ததே இல்லை.

இந்து மதத்தின் ஜாதி முறைக்கும் ஆதிவாசிகளுக்கும் சம்பந்தமில்லை. சில வலதுசாரிக் கட்சிகள் ஏதேதோ முயற்சிகள் செய்து பார்த்தன. அவர்களை மக்கள் தொகை அனுசரித்து 'இந்து'க்களாக மாற்ற முயன்றனர். மதத்தைப் பொறுத்தவரை யில் ஆதிவாசிகள் மிருகங்களைப் போன்றவர்களே. இயற்கை யோடு இணைந்தவர்கள். இந்து மதத்துக்கு நேர் மாறாக

அவர்கள் சமூக வாழ்க்கை இருந்தது. பெண்கள், குடும்பம் போன்றவற்றில் அவர்கள் கட்டுப்பாடின்றித் 'தாராளமாக' இருந்தனர். ஆனால் இப்போது நிலைமை மாறி வருகிறது.

முன்பெல்லாம் வரதட்சிணை என்ற வழக்கம் இருந்ததில்லை. பெண்களுக்குத்தான் விலை இருந்தது. மணமகனின் வீட்டார்தான் பெண்ணின் குடும்பத்துக்குப் பணம் கொடுக்க வேண்டும். ஏனெனில் உழைக்கும் ஒரு பெண்ணை அவள் குடும்பம் இழந்துவிடுகிறதே. ஆனால் இப்போது அவள் மற்ற இந்துப் பெண்களைப் போல் வரதட்சிணை கொடுக்க வேண்டிய நிலையில் இருக்கிறாள். அவள் 'பர்க்கு வஸ்து' (இன்னொருவன் சொத்து) என்று கருதப்படுகிறாள். குடும்பச் சொத்தில் அவளுக்குப் பங்கு கிடையாது. மறுமணம் மட்டும் சுலபமாக அனுமதிக்கப் படுகிறது.

இந்துப் பஞ்சாங்க முறைப்படியே ஆதிவாசி விழாக்களும் விருந்தும் கொண்டாடப்படுகின்றன. தசரா (அறுவடை விழா) மற்றும் ஹோலி அவர்களின் முக்கியப் பண்டிகைகளாயின. ஆதிவாசிகளுக்குப் பிசாசுகளிடம் பயம். பிசாசுகளை விரட்டு வதற்காக 'பகத்'களுக்குச் செல்கிறார்கள். உறவினர் இறந்தால் 'பார்டு' என்ற விருந்து வைக்கிறார்கள். பில்லி சூனியத்தில் நம்பிக்கை உண்டு. விரோதிகள் யாரையாவது கொல்வதற்கு இதை ஒரு சாக்காக வைத்துக் கொள்கிறார்கள்.

உலகத்தின் பல்வேறு இடங்களிலிருந்த ஆதிவாசிகளைப் போலவே துங்ரி கரேஸியாவின் பழைய வாழ்க்கை முறை மறையத் தொடங்கிவிட்டது. தொழில் நுட்பமும் வணிகமும் அவர்களது உலகப் பார்வையை மாற்றத் தொடங்கிவிட்டன. இதன் மூலம் ஏற்படும் ஆதிவாசிகளின் மறைவை ஒரு கலாச்சார, ஆன்மீக இழப்பு என்றே சொல்ல வேண்டும்.

மரிஜா ஸ்ரெஸ்

ೞ ஐ